சுராவின்

முடியும் என்று முடிவெடுத்தால் முன்னேற்றமே!

வழங்கியவர் :

சி.எஸ். தேவநாதன்

சுரா பதிப்பகம்

சுரா பதிப்பகம்

(An imprint of Sura College of Competition)

சென்னை

MUDIYUM ENDRU MUDIVEDUTTHAL MUNNERRAME

(YOU CAN WIN, IF YOU DECIDE)

by C.S. Devanathan

© வெளியீட்டாளர்கள்

இந்தப் பதிப்பு : டிசம்பர், 2023

அளவு : 1/8 டெமி

பக்கங்கள் : 112

ISBN: 978-81-8449-303-0

குறியீட்டு எண் : W369

(வெளியீட்டாளர்களின் எழுத்து மூலமான அனுமதி இன்றி இப்புத்தகத்தை மறுபதிப்புச் செய்யவோ, வேறு மொழிகளில் மொழிபெயர்க்கவோ, அச்சடிக்கவோ, போட்டோகாபி செய்யவோ கூடாது)

சுரா பதிப்பகம்

[An imprint of Sura College of Competition]

தலைமை அலுவலகம்: 1620, 'ஜே' பிளாக், 16-வது பிரதான சாலை,
அண்ணா நகர், சென்னை-600 040.
☎ 91-44-48629977, 42043273

பத்மாவதி ஆப்செட், சென்னை–600 032–இல் அச்சடிக்கப்பட்டு,
சுரா பதிப்பகத்திற்காக [An imprint of Sura College of Competition]
1620, 'ஜே' பிளாக், 16–வது பிரதான சாலை, அண்ணா நகர், சென்னை – 600 040–இல்
திரு. வீ.வீ.கே. சுப்புராசு அவர்களால் வெளியிடப்பட்டது.
தொலைபேசி எண்: 91–44–486299977
e-mail: enquiry@surabooks.com suracollege@gmail.com
website: www.surabooks.com

12 23 500

முன்னுரை

உலகம் வியந்து நோக்குகிறது வெற்றியாளர்களை. அது அண்ணாந்து பார்க்கிறது சாதனையாளர்களை. அதன் பார்வை நம் பக்கமும் திரும்ப வேண்டும் என்ற ஆசை இருக்கும் உங்களுக்கு. இருக்க வேண்டும். இருந்தால்தான் நீங்களும் நெஞ்சு நிமிர்த்தி, கம்பீரமாய் நடக்க முடியும்.

நீங்கள் ஏற்கனவே வாழ்க்கையில் உயர்ந்த இடத்தில்தான் இருக்கிறீர்கள். அதில் சந்தேகமே இல்லை. ஆனாலும், இன்னும் பல உயரங்கள் இருக்கின்றன நீங்கள் சென்றடைவதற்கு.

உங்கள் திறமைகளை மேம்படுத்திக் கொள்வதன் மூலம், சமுதாயத்தில் உங்கள் நிலையை நீங்கள் மேம்படுத்திக் கொள்ள இந்நூல் உதவும்.

'முடியும் என்று முடிவெடுத்தால் முன்னேற்றமே!' – இது உங்களிடம் ஒரு புதிய கண்ணோட்டத்தை ஏற்படுத்தும். புதியதோர் வாழ்க்கைக்கு உங்களைத் தயார்ப்படுத்தும் என்று நீங்கள் உறுதியாய் நம்பலாம்.

இந்நூலை உருவாக்கும் பணியில் என்னை ஈடுபடுத்திய பதிப்பாளர் வீ.வீ.கே.சுப்புராஜ் அவர்களுக்கும், நூலை அழகுற அச்சிட்டு வெளியிடும் சுரா புக்ஸ் நிறுவனத்திற்கும் எனது மனமார்ந்த நன்றிகள்.

– சி.எஸ். தேவநாதன்

உட்பொதிவு

		பக்கம்
1.	உலகம் பார்த்துக் கொண்டிருக்கிறது	1
2.	விவேகம் வேண்டும் வளர்ச்சிக்கு	6
3.	வளர்ச்சிக்கு உதவும் வழிமுறைகள்	17
4.	வியக்கத்தக்கவர்களின் சிறப்பியல்புகள்	24
5.	தகுதியைத் தீர்மானிக்கும் தகுதிகள்	33
6.	நம்பிக்கை அமைப்புகள்	40
7.	எல்லாமே ஒரு குறிக்கோளில் இருந்து	51
8.	மனக் கண்ணில் பார்த்தல்	56
9.	உங்கள் சுயபிம்பம் உயர வேண்டுமா ?	61
10.	கூட்டத்தில் இருந்து வெளியே வாருங்கள்	65
11.	சுய மதிப்பு உடையவராயிருங்கள்	71
12.	நேர்மையுடன் வாழ்தல்	81
13.	புதிதாய் ஒன்றை உருவாக்குங்கள்	89
14.	அத்தனை சிறப்புக்கும் தகுதியாயிருங்கள்	97
15.	உயரப் பறத்தல்	102

உலகம் பார்த்துக் கொண்டிருக்கிறது

♦

உலகம் உங்களைப் பார்த்துக் கொண்டிருக்கிறது, நீங்கள் அதைப் பார்க்காவிட்டாலும்.

ஒவ்வொரு நிமிடமும், உங்களுடைய ஒவ்வோர் அசைவையும் உலகம் கவனித்தபடி இருக்கிறது, நீங்கள் அதனை உணராவிட்டாலும்.

யாரெல்லாம் உயர்ந்துக் கொண்டிருக்கிறார்கள், யாரெல்லாம் சரிந்துக் கொண்டிருக்கிறார்கள் என்பதெல்லாம் உலகின் கவனத்தில் இருந்து தப்புவதில்லை.

முகவரியற்றுப் போனவர்களின் கணக்கும், சாதனையாளர்களின் கணக்கும் உலகின் பேரேட்டில் இருக்கிறது.

மிகவும் ஏழ்மையில் இருந்து செல்வத்தை அடைந்தவர்களுக்கு மதிப்புடன் வரலாற்றுப் பக்கங்கள்.

உலகம் மதிக்கிறது –

மண்ணாளும் வீரம் பெற்றவர்களை,
மக்கள் சக்தியை ஒன்றுதிரட்டியவர்களை,
மாற்றத்தை ஏற்படுத்திய சிந்தனையாளர்களை,
புதுமைகளைப் புகுத்திய விஞ்ஞானிகளை.

நீங்கள் ஏதாவதொன்றைச் செய்தாக வேண்டும் குறிப்பிடத்தக்க விதமாய். முன்பே இருந்த ஒன்றைத் திருத்துங்கள், புதிதாய் ஒன்றைக் கொண்டு வாருங்கள்.

சொல்லுங்கள்,
விதையுங்கள்,
எழுதுங்கள்,
வரையுங்கள்,
செதுக்குங்கள்,
உருவாக்குங்கள் -

உங்கள் முழுத்திறனையும் வெளிப்படுத்துங்கள். நீங்கள் போகிற வழியில் தடைகள் இருந்தால் அவற்றைப் புறந்தள்ளிச் செல்லுங்கள்.

உலகம் பார்த்துக் கொண்டேயிருக்கிறது. 'இதுவரை இருந்தது போல், இனி இருக்கப் போவதில்லை எதுவும்' என்று. அது காத்திருக்கிறது, ஒரு புதிய பாதையையும், அதில் பயணம் செய்கிற புதிய மனிதர்களையும் காண்பதற்கு.

மாற்றத்தை வரவேற்றிடுங்கள்

தினந்தினம் ஒரே செயல்களையே திரும்பச் செய்து கொண்டிருப்பவர்கள் வாழ்வில் எந்த அளவு ஆர்வம் இருக்க முடியும்? எந்த அளவு மாற்றங்கள் ஏற்படும்? ஆனால் ஆயிரம் பேர் கூட்டத்தில் இதைப் பற்றி சிந்திப்பவர்கள் எத்தனை பேர்? ஒரு பத்து பேர் தேறுமா? அந்தப் பத்துப் பேருக்குத்தான் கிடைக்கிறது – அங்கீகாரங்களும், வெகுமதிகளும், வெற்றிகளும். அவர்கள் – மாறத் தயாராயிருந்தார்கள், மாற்றத்தைக் கொண்டு வந்தார்கள். மற்றவர்களெல்லாம் அவர்களுக்கு அடித்த அதிர்ஷ்டத்தை வியந்துக் கொண்டும், விமர்சித்துக் கொண்டும் நின்றதோடு சரி.

நீங்கள் மாற்றத்தை வரவேற்பவராயின் உங்களுக்கும் அந்த அங்கீகாரங்கள், வெகுமதிகள், வெற்றிகள் கிடைக்கும்.

'உலகளவு மாற்றங்களும் தொடங்குகிறது –
ஒரு மனதில் இருந்து,
ஒரு மனிதனிடம் இருந்து.'

வித்தியாசத்தை உண்டுபண்ணுகிறவர்களிடம் இருக்கிறது, உலகையே தங்கள் பக்கம் ஈர்க்கிற திறமை. அவர்கள் முற்றிலும் மாறுபட்டவர்கள், தம்மைச் சுற்றியிருப்பவர்களிடம் இருந்து. அவர்களைப்

போல் நீங்களும் பிரகாசிக்க முடியும். அதற்கான தொழில்நுட்பத்தை – அந்த இரகசியத்தை தெரிந்துக் கொள்ளுங்கள்.

சிறந்த மனிதர்களிடம் உள்ள சிறப்பியல்பு என்னவென்று கண்டுபிடியுங்கள். சிகரத்தைத் தொட்டவர்களை உங்களுக்கு முன்மாதிரியாகக் கொள்ளுங்கள். உத்திகள் இருக்கின்றன, உங்களைப் பின்னடையச் செய்யும் தடுப்புச் சுவர்களை உடைத்துக் கொண்டு முன்னேறுவதற்கு.

ஓர் ஒளிமயமான எதிர்காலத்தை உருவாக்கத் தொலைநோக்கு அவசியம். அந்தத் தொலைநோக்கை எப்படி அமைத்துக் கொள்வது என்பதை தெரிந்துக் கொள்ளுங்கள்.

உங்களுடைய ஆர்வமும், செயல்படும் ஆற்றலும் புதிய தளங்களுக்குக் கொண்டு செல்லப்பட வேண்டும். அவை புதிய எல்லைகளைத் தொட வேண்டும்.

அறிவுசார்ந்த விதத்தில் ஏதோ ஒன்றைப் புரிந்துக் கொண்டிருப்பது ஒன்றும் தகுதியுடையதாகாது. வாழ்க்கை என்பது செய்கிற செயல்களால் அமைவது. செயல்தான் மாறுபாட்டை - தனித்தன்மையை உண்டுபண்ணுகிறது.

‘வெறும் தகவலறிவு வேலைக்காகாது.’

இன்று நீங்கள் மேற்கொள்கிற செயல்கள் உங்கள் நாளைய வாழ்வில் பிரதிபலிப்பை ஏற்படுத்தும்.

எல்லாருமே கூரிய அறிவுடன் பிறந்துவிடவில்லை. பிறக்கும் போதே ஒளிவட்டத்துடன் பிறந்துவிடவில்லை.

‘உத்திகளும், குறிக்கோள்களுமே
அவர்களை உந்திச் சென்றன.
உயரத்துக்குக் கொண்டு சென்றன.’

தெளிவு பெறுங்கள்

‘ஏன் ?’ என்ற கேள்வி எழ வேண்டும் உங்களுக்குள். அது உரத்த குரலில் வெளிப்பட வேண்டும். கேள்விகளின் விளைவாகத்தான் புதிர்கள் விடுவிக்கப்படுகின்றன, இருட்டில் இருந்தவைகள்

வெளிச்சத்துக்குக் கொண்டு வரப்படுகின்றன. கேள்விகளில் பிறக்கிறது தெளிவும், தீர்வும், புதிய வழியும்.

கேட்பதன் மூலமே நீங்கள் வளர்ச்சி பெறுகிறீர்கள், கேள்விகள் உங்களை முன்னோக்கிச் செலுத்தும்.

அதே சமயம் இன்னொன்றையும் நீங்கள் நினைவில் கொள்ள வேண்டும். நீங்கள் செய்கிற வேலை மோசமாக இருக்கிறதா அல்லது நிறைவளிப்பதாக இருக்கிறதா ? விசித்திரமாக இருக்கிறதா, இல்லை, வியப்பளிப்பதாக இருக்கிறதா ?

வியக்கத்தக்க விதத்தில் செயல்படுகிறவர்கள் சிறந்த பலன்களைப் பெறுகிறார்கள். வியக்கத்தக்க பலன்களை நீங்கள் பெற முடியாதபடி தடுப்பது உங்களுடைய நம்பிக்கை அமைவு (belief system) தான். அவரவர் வளர்ச்சியும் பின்னடைவும் அவர்களுடைய நம்பிக்கை அமைவைப் பொறுத்ததாகும். நீங்கள் பின்னடைந்தால் உங்களுடைய நம்பிக்கை அமைவுதான் அதற்குக் காரணமாக இருக்கும்.

உங்களால் வடிவமைக்கப்பட்ட நம்பிக்கை அமைவை நீங்களே மாற்றியமைக்க முடியும்.

இன்னொன்றை நீங்கள் கருத்தில் கொள்ள வேண்டும். நேற்று நீங்கள் எடுத்த முடிவுதான் உங்கள் இன்றைய நிலைக்குக் காரணம்.

நீங்கள் நினைத்தால் உங்கள் வாழ்க்கையை மாற்றிக் கொண்டு விட முடியும் எப்போதைக்குமாய்.

மனதுக்குள் ஒத்திகை

மனதுக்குள் காட்சியாக்கிப் பார்த்தல் ஒரு வியப்பூட்டுகிற உத்தி. தாங்கள் பந்தய நாளில் ஓடவிருக்கும் மைதானத்தை, தங்கள் ஓட்டத்தை, தங்களுடைய வெற்றியை உள்ளாகவே காட்சியாக்கிப் பார்க்கிறார்கள் தடகள வீரர்கள்.

'ஒன்றை நேர்த்தியாகச் செய்து முடிப்பது என்பது தற்செயலான நிகழ்வு அல்ல.'

ஒரு நல்ல நோக்கம் அல்லது நியாயமான காரணத்தோடுதான் அது நிகழ்கிறது. ஓர் ஏற்ற செயல் முறையைக் கொண்டு நீங்கள் விரும்பிய விளைவுகளைத் தோற்றுவிப்பது எப்படி என்பதை மன ஒத்திகை உங்களுக்குக் காண்பிக்கும்.

உலகின் மிகச் சிறந்த மனிதர்கள் உருவாக்கிய வேலை முறைகள், உத்திகள் இருக்கின்றன. நீங்கள் பயன்படுத்திக் கொள்வதற்கு. உண்மையிலேயே கிளர்ச்சியூட்டக் கூடிய விதத்தில் விளைவுகளை எப்படிப் பெறுவது என்று அவர்கள் அறிவார்கள்.

எழுச்சியூட்டக் கூடிய குறிக்கோள்களை அமைத்துக் கொண்டு செயல்படுங்கள். நீங்கள் விரும்பிய விளைவுகளைப் பெறுங்கள்.

விவேகம் வேண்டும் வளர்ச்சிக்கு

◆

'அனுபவம் ஒரு கடினமான போதித்தல்' என்று அறிஞர் ஒருவர் குறிப்பிட்டிருக்கிறார். காரணம் அது முதலில் தேர்வு வைக்கிறது. பாடத்தைப் பிற்பாடு சொல்லிக் கொடுக்கிறது. ஆஸ்கார் ஒயில்டு (அயர்லாந்து நாட்டைச் சேர்ந்த கவிஞர் நாடகாசிரியர்) கூறுவார்,

'தங்களுடைய தவறுகளுக்கு ஒவ்வொருவரும் கொடுக்கிற பெயர்தான் அனுபவம்' என்று.

குறைவாகப் பேசி நிறையக் கேளுங்கள்

வாழ்க்கை உங்களுக்கு அநேக விஷயங்களைக் கற்றுக் கொடுக்கும். அவற்றுள் குறிப்பிடத்தக்கது கவனமுடன் கேட்டல். ஆம், குறைவாகப் பேசி, நிறையக் கேட்பவரே விவேகம் உடையவர் ஆவார். பேச்சுத் திறமையை விட கேட்கும் திறமையே சிறப்புடையது.

நாம் அதிகம் கேட்டு குறைவாகப் பேச வேண்டும் என்பதற்காகத்தானோ என்னவோ இரண்டு காதுகளையும், ஒரு வாயையும் இறைவன் நமக்குக் கொடுத்திருக்கிறான்.

எந்த நாக்கு வன்மையைக் கொண்டு நாம் எல்லாவற்றையும் சாதித்துவிடலாம் என்று எண்ணுகிறோமோ அதே நாக்குதான் நம்மை தொல்லைகளிலும் சிக்க வைத்துவிடுகிறது.

மழைத்துளி விழத் தொடங்கியதுமே தவளை ஆனந்தமாய்ப் பாட தொடங்கிவிடுகிறது. தன்னையறியாமலே பாம்புக்குத் தன் இருப்பிடத்தை அது காட்டிக் கொடுத்துவிடுகிறது. தவளையின் ஆனந்த ராகம் மரண ஓலமாய் மாறுகிறது. தன் வாயால் கெடும் தவளை போலதான் மனிதனும். சொற்குற்றத்தால் துன்பம் நேரிடுகிறது அவனுக்கு.

'பேசுவது நல்லது. சில சமயங்களில்
பேசாமல் இருப்பதே நல்லது.'

உரையாடலில் தான் பேசுவதை எதிராளி கவனமாய்க் கேட்கிறார் என்பதே பேசுகிறவருக்குப் பெருமகிழ்ச்சியைத் தருகிறது. அவர் மனம் விட்டுப் பேசுகிறார். நீங்கள் அவரிடம் இருந்து கேட்க விரும்புகிறவைகளை அவராகவே சொல்லிவிடுகிறார்.

உரையாடலில் நீங்கள் பேசுவதைப் போல் இரு மடங்கு கேட்க வேண்டும். நீங்கள் எதிராளியைப் புகழ்வதற்கு வார்த்தைகளை தேடிக் கொண்டிருக்க வேண்டியதில்லை. பேசாமல் அவர் சொல்வதை கேட்டுக் கொண்டிருந்தாலே அவரைப் புகழ்ந்த மாதிரிதான்.

மவுனமும் ஒரு மொழிதான்

புராணக் கதையொன்றில் இப்படி வருகிறது. ஓர் இளைஞன் குருவை தேடிச் சென்றான். மகான் ஒருவரைச் சந்தித்தான். அவரிடம், 'ஐயனே, நான் விவேகத்தை எப்படிப் பெறுவது?' என்று கேட்டான். குரு சொன்னார்,

'எவன் அறியவில்லையோ, தான் அறிந்திருக்கவில்லை என்பதை அறிந்து கொள்ளவில்லையோ அவன் முட்டாள். எவன் அறிந்திருக்கிறானோ, தான் அறிந்திருப்பதை அறிந்து கொண்டிருக்கிறானோ அவன் அறிவாளி' என்று.

என்ன தலையைச் சுற்றுகிறதா? கொஞ்சம் நிதானமாகப் படியுங்கள், புரியும்.

சீடனாக விரும்பிய அந்த இளைஞன் சொன்னான், 'குருவே, நான் அறிந்திருக்கவில்லை என்பது எனக்குத் தெரியும். ஆனால், முயன்று அறிவதற்கு ஆர்வமாயிருக்கிறேன்.'

குரு சொன்னார், 'அறிவின் இரகசியத்தை நான் உனக்கு வெளிப்படுத்துகிறேன். என்னை கவனமாய்ப் பின்பற்று' என்று. அவனும் அவர் சொல்வதைக் கேட்கத் தயாரானான். ஆனால், அவர் வாயைத் திறந்து எதுவும் பேசவில்லை. நிமிடங்கள் நகர்ந்தன. 'குருவே, நான் கவனமாய் கேட்டுக் கொண்டிருக்கிறேன்' என்றான் இளைஞன். 'ஆகா, நீதான் இப்போது கற்றுக் கொண்டிருக்கிறாயே' என்றார் குரு.

உரையாடல் ஒரு கலை என்பார்கள். புத்தரைப் பொறுத்தவரை மவுனம் ஒரு கலையாக இருந்திருக்க வேண்டும்.

புத்தரின் இறுதிக் காலத்தில் நடந்ததாகச் சொல்லப்படுகிற ஒரு நிகழ்ச்சி.

வழக்கமாக தியானக் கூட்டத்தில் சில நல்லுரைகளை வழங்குவார் புத்தர்.

அன்று ஆயிரக்கணக்கானவர்கள் அவருடைய உரையைக் கேட்பதற்காகக் கூடியிருந்தனர். புத்தர் மேடையை நோக்கி வந்தார். அவருடைய கையில் ஓர் அழகிய தாமரை மலர் இருந்தது. அவர் அமைதியாக மேடையில் வந்தமர்ந்தார். அவர் எதுவும் பேசவில்லை. அவருடைய பார்வை அந்தத் தாமரை மலரில் பதிந்திருந்தது.

'இன்று இவருக்கு என்ன ஆயிற்று, ஒரு வார்த்தைக் கூட பேசாமல் மவுனமாயிருக்கிறாரே' கூட்டத்தில் முணுமுணுப்பு. பின்பு அதுவும் அடங்கிப் போயிற்று.

நேரம் ஓடிக் கொண்டிருந்தது. எங்கும் ஒரே நிசப்தம். அந்த நிசப்தத்தைக் கலைப்பது போல் ஒரு சிரிப்பொலி எழுந்தது.

யார் சிரித்தது? எல்லாரும் பதட்டத்துடன் அங்குமிங்கும் நோக்கினர். சிரித்தது மகா காசியபன். புத்தரின் சீடர்களுள் ஒருவன்.

இவனுக்கென்ன பைத்தியமா? மற்ற சீடர்கள் புரியாமல் விழித்தனர். சிலர் அவன் மீது சினப்பார்வையை வீசினர்.

அப்போது புத்தர் கண்களைத் திறந்தார். புன்னகையுடன் காசியபனை நோக்கினார். தன்னிடம் வருமாறு சைகை செய்தார். புத்தரின் அருகே சென்ற போது அவனுடைய சிரிப்பு நின்றது.

புத்தர் தமது கையில் இருந்த தாமரையை அவனிடம் தந்தார். பிறகு, கூட்டத்தினரைப் பார்த்துச் சொன்னார், 'நான் வார்த்தைகளால்

சொல்லக் கூடியவற்றை உங்களுக்குச் சொல்லிவிட்டேன். வார்த்தைகளால் சொல்ல முடியாததை இப்போது காசியபனுக்கு வழங்கினேன்' என்று.

வார்த்தைகள் கடந்தது மகிழ்ச்சி.
வார்த்தைகள் கடந்தது அமைதி.
வார்த்தைகள் கடந்தது பேரின்பம்.

மகிழ்ச்சியை, அமைதியை, பேரின்பத்தை நீங்கள் அடைய உதவும் ஒரே மொழி மவுனம். வார்த்தைகளை விரயப்படுத்தாதீர்கள்.

கூர்ந்துக் கவனித்தல்

ஜென் மார்க்கத்தில் இக்கியு என்றொரு ஞானி இருந்தார். அவரிடம் ஒருவர் வந்து 'குருவே, நான் ஞானம் பெற வேண்டும். அதை ஒற்றைச் சொல்லில் எனக்கு உணர்த்துங்கள்' என்று வேண்டினார்.

இக்கியு 'பார்' என்ற சொல்லை எழுதி அவரிடம் கொடுத்தார்.

வந்தவர், 'இவ்வளவுதானா ?' என்று கேட்டார் அதிருப்தியுடன்.

குரு அந்தக் காகிதத்தை வாங்கி 'நன்றாகப் பார்' என்று எழுதிக் கொடுத்தார்.

'நன்றாகப் பார்' என்றதன் மூலம் கூர்ந்துக் கவனிக்கும்படி அறிவுறுத்திறனார் இக்கியு. கூர்ந்துக் கவனிக்கிற போது அதுவரை விளங்காதவைகளெல்லாம் விளங்கிவிடும். கூர்ந்துக் கவனிப்பவர் எல்லாவற்றையும் அறிகிறார். எல்லாவற்றையும் தெரிந்து கொள்கிறார். அவருக்குப் புரியாததென்று எதுவும் இருக்காது.

கேட்பதும் ஒரு மேலாண்மைத் திறன்

எதிராளி பேசுவதைக் கூர்ந்து கவனியுங்கள். உங்கள் அறிவு மேம்படும். உங்கள் பிரச்னைகளுக்குத் தீர்வு கிடைக்கும். பல கேள்விகளுக்கு விடை கிடைக்கும். நீங்கள் தெளிவு பெறுவீர்கள். நிறுவனங்களின் தலைமைப் பொறுப்பில் இருப்பவர்களைப் பாருங்கள். அளந்து பேசுவார்கள். ஆழ்ந்த கவனமுடன் கேட்பார்கள். கேட்பதன் மூலம் எதிராளியின் தேவைகளை, விருப்பங்களை, எதிர்பார்ப்புகளை

அவர்கள் புரிந்துக் கொள்கிறார்கள். அதற்கேற்ப எதிர்ச் செயல் புரிகிறார்கள். மேலாண்மைத் திறன்களில் கவனமுடன் கேட்பது முக்கியமான ஒன்றாகக் கருதப்படுகிறது.

புதிதாய் ஒன்றை கற்றுக் கொள்ளல்

எமர்சன் (அமெரிக்கா) சிறந்த தத்துவ மேதை. தம்முடைய மனைவியிடம் அவர் சொன்னார், 'தினமும் நான் சந்திப்பவர்களிடம் இருந்து புதிதாய் ஒன்றை கற்றுக் கொள்கிறேன். என்னை விட ஏதாவதொரு விதத்தில் அவர்கள் மேம்பட்டவர்களாயிருப்பதை நான் காண்கிறேன்' என்று. பாருங்கள் – இயற்கை, ஆன்மிகம், சமூகம் பற்றி அநேக நூல்களை எழுதிய ஒரு பேரறிஞர் இப்படிச் சொல்கிறார்.

அவருடைய தன்னடக்கமும், கற்பதற்கான ஆர்வமும் உண்மையிலே நம்மை வியக்க வைக்கிறது. அத்தகைய 'அறிவுத் தேடல்' நம்மிடமும் இருக்க வேண்டும்.

அதிகம் பேசினால் என்ன ஆகும்?

அன்று அந்த வகுப்பாசிரியர் வரத் தாமதமாயிற்று. மாணவர்கள் சளசளவென்று பேசிக் கொண்டிருந்தனர். அடுத்த வகுப்பு ஆசிரியர் வந்து அவர்களை அதட்டினார், 'வாயை மூடுங்க. இப்படி ஒரேயடியா வாயைத் திறந்து வச்சிட்டிருந்தா என்ன ஆகும் தெரியும்ல ?' என்று. ஒரு மாணவன் எழுந்து சொன்னார், 'தெரியும் சார், வாய் வழியா மூளை வெளியே போயிரும்' என்று. இதைக் கேட்டதும் நமக்குச் சிரிக்கத் தோன்றலாம். பையன் சொன்னதில் சிந்திக்கவும் விசயம் இருக்கிறது, தொடர்ந்து பேசிக் கொண்டிருந்தால் உங்கள் அறிவு தொலைந்துப் போகும் என்பது உண்மை.

அடுத்தவர் மீதான அக்கறை

ஆந்தையை பறவைகளில் அறிவுள்ள பறவை என்பார்கள். எட்வர்ட். ஹெச். ரிச்சர்ட்ஸ் என்பவர் ஆந்தைப் பற்றி ஒரு கவிதையே எழுதி விட்டார் –

'சிந்தூர மரக்கிளையில் அமர்ந்திருக்கும்
அந்த புத்திசாலி ஆந்தை
பார்ப்பதைக் காட்டிலும் குறைவாகவே
பேசுகிறது, அது
பேசுவதைக் காட்டிலும் அதிகமாகவே
கேட்கிறது.
ஏன் அந்தக் கிழட்டுப் பறவையைப் போல்
நம்மால் இருக்க முடியாதா ?' என்று.

நாம் அதிகம் பேசுகிறோம். நம்மால் பேசாமல் இருக்க முடிவதில்லை. காரணம், மற்றவர்களுடைய தேவைகளை விட, விருப்பங்களைவிட, எதிர்பார்ப்புகளை விட நம்முடைய தேவைகளில், விருப்பங்களில், எதிர்பார்ப்புகளில் நமக்கு அக்கறை அதிகம். இப்படிச் சொல்லலாம் 'மற்றவர்கள் மீது நமக்கு அக்கறைக் குறைவு' என்று. நாம் மற்றவர்களிடம் அக்கறைக் காட்டாத போது, அவர்கள் எப்படி நம்மீது அக்கறைக் காட்ட வேண்டும் என்று நாம் எதிர்பார்ப்பது ?

டேல் கார்னகி தம்முடைய 'How to Win Friends & Influence People' நூலில்,

'நீங்கள் மற்றவர்கள் மீது அக்கறைக் காட்டினால் இரண்டே மாதங்களில் நிறைய பேர் நண்பர்களாகிவிடுவார்கள். அடுத்தவர்கள் உங்கள் மீது அக்கறைக் காட்ட வேண்டும் என்றால் இரண்டு வருடங்கள் பிடிக்கும்' என்று குறிப்பிட்டிருக்கிறார்.

சிலர் பேசும் போதும், கடிதங்களிலும் 'நான், எனது, என்னுடைய' என்று தன்னைப் பற்றியே சொல்லிக் கொண்டிருப்பார்கள். 'நீங்கள், உங்களுடைய' போன்ற வார்த்தைகளை அதிகம் பயன்படுத்த மாட்டார்கள். அவர்களுடைய சுயநலந்தான் அதற்குக் காரணம். எங்கும், எப்போதும், எதிலும் தன்னையே முன்னிலைப்படுத்திப் பழக்கப் பட்டவர்கள் அவர்கள். அத்தகைய குறுகிய மனப்பான்மை உடையவர்களால் முன்னுக்கு வர முடியாது. அவர்களுடைய உண்மையான உருவத்தைக் கண்டுக் கொண்ட பின் நண்பர்கள் விலகிப் போய்விடுவார்கள். அவர்களுடைய நிலை இரங்கத்தக்கதாகிவிடும்.

விரும்பியதை அடைவது எப்படி?

பரந்த மனப்பான்மை உடையவர்களால்தான் தாங்கள் விரும்பியதை அடைய முடியும். அவர்கள் மற்றவர்களுடைய நலத்துக்குப் பாடுபடுகிறார்கள். அடுத்தவர் விருப்பத்துக்கு முதன்மை அளிக்கிறார்கள். அடுத்தவர்களின் எதிர்பார்ப்புகளைப் பூர்த்தி செய்கிறார்கள். தங்கள் ஊழியர்களின் தேவைகளை முதலில் நிறைவேற்றி வைக்கிறார்கள். அப்போது மற்றவர்கள் அவர்களுக்காக எதையும் செய்யத் தயாராகிவிடுகிறார்கள். அந்நிலையில் மற்றவர்களைக் கொண்டு தாங்கள் விரும்பியபடி தங்கள் செயல்களை அவர்கள் நடத்திக் கொள்கிறார்கள்.

உங்கள் நிறுவனத் தலைவரிடம் உள்ள இந்த அணுகுமுறை உங்களிடம் இருக்கிறதா? இருந்துவிட்டால் உங்களுடைய சார்புநிலை பணியாளர்களும் (subordinates), நண்பர்களும், குடும்பத்தினரும் உங்களுக்காக எதையும் செய்யத் தயாராகிவிடுவார்கள்.

மனிதர்களை அடையாளம் காணுங்கள்

வம்பளப்பவர்கள் மற்றவர்களைப் பற்றி உங்களிடம் பேசுவார்கள். சலிப்பூட்டுகிறவர்கள் தங்களைப் பற்றியே உங்களிடம் பேசிக் கொண்டிருப்பார்கள். உரையாடலில் தேர்ந்தவர்கள் உங்களிடம் பேசுவது உங்களைப் பற்றியதாகவே இருக்கும்.

ஓர் உரையாடலை எப்படித் தொடங்க வேண்டும், எப்போது, எப்படி முடிக்க வேண்டும் என்று தெரிந்திருப்பது முக்கியம்.

தகுதியான கேள்விகள்

நீங்கள் நண்பர்களைப் பெற வேண்டும். மற்றவர்களிடம் உங்களைப் பற்றி உயர்ந்த கருத்தை உருவாக்கிக் கொள்ள வேண்டுமா? நிறையத் தெரிந்துக் கொள்ள விருப்பமா? நீங்கள் செய்ய வேண்டியதெல்லாம், தகுதியான கேள்விகளைக் கேட்டுவிட்டு எதிராளி சொல்வதைக் கவனமாகக் கேட்டுக் கொண்டிருப்பதுதான். தகுதியான கேள்விகள் என்றால் என்ன?

ருட்யார்ட் கிப்ளிங் என்கிற கவிஞர் தம்முடைய 'குட்டி யானை' என்கிற நூலில், ஒரு கவிதையில் இப்படிச் சொல்கிறார். அந்தக் கவிதையின் தலைப்பு, 'ஆறு நேர்மையான வேலைக்காரர்கள்' என்பதாகும்.

'உண்மையான ஆறு பணியாளர்கள்
உண்டு என்னிடம். அவர்களிடம் இருந்தே
அனைத்தும் நான் கற்றறிந்தேன்.
அவர்களின் பெயர்கள்,
'என்ன, ஏன், எப்போது, எப்படி, எங்கே, யார் ?'
என்பதாகும்.'

கிப்ளிங் தம்முடைய ஏவலர்களாகக் குறிப்பிடுவது ஆறு வகை கேள்விகளைத்தான். இந்தக் கேள்விகள் ஆறு போதும் உங்கள் வேலைகளை அருமையாகச் செய்து முடிப்பதற்கு.

- ❖ என்ன ? உங்களுக்கு நான் என்ன செய்ய வேண்டும் ? என்ன பிரச்சினை ? உங்களுக்காக நான் என்ன கொண்டு வரட்டும் ? என்ன விசயம் ? நீங்கள் என்ன நடக்க வேண்டும் என்று விரும்புகிறீர்கள் ?

- ❖ ஏன் ? அது ஏன் உங்களுக்கு முக்கியமாய் தெரிகிறது ? நீங்கள் ஏன் அதைப் பற்றி என்னிடம் கூறவில்லை ? ஏன் அப்படி எண்ணுகிறீர்கள் ? நீங்கள் ஏன் கவலையாயிருக்கிறீர்கள் ? அது பயன் தரும் என்றால் நீங்கள் ஏன் அதை முயன்று பார்க்கக் கூடாது ?

- ❖ எப்பொழுது ? நீங்கள் எப்போது பேச விரும்புவீர்கள் ? உங்களுக்கு எப்போது தேவைப்பட்டாலும் என்னைக் கூப்பிடுங்கள், சரிதானே ?

- ❖ எப்படி ? உண்மையில் நீங்கள் எப்படி இருக்கிறீர்கள் ? உங்கள் வேலையில் எப்படி முன்னேறிக் கொண்டிருக்கிறீர்கள் ? உங்களால் எப்படி அதைச் சமாளிக்க முடிந்தது ?

❖ எங்கே? நான் உங்களை எங்கே சந்திப்பது? நீங்கள் எங்கே தொடங்க விரும்புகிறீர்கள்? நான் எந்த நிலையில் உங்களுக்கு உதவுவது?

❖ யார்? மற்றவர்கள் என்ன நினைக்கிறார்கள் என்பது பற்றி யார் கவலைப்படப் போவது? நீங்கள் அதைச் செய்வதற்கு மனம் வைத்து விட்டால் யாரால் அதைத் தடுத்து நிறுத்த முடியும்? உங்களுக்காக யார் அதைச் செய்யக் கூடும்?

நீங்கள் கேட்டு வைக்கலாம், எதிராளியும் பதில் சொல்வார். இவை இரண்டிலும் பார்க்க எதிராளி சொல்வதை நீங்கள் காது கொடுத்து கவனமாய்க் கேட்பது முக்கியம். இது சாதாரணமாய்க் கேட்பதில் இருந்து வேறுபட்டது. கவனத்தை ஒருமுனைப்படுத்திக் கேட்க வேண்டியிருக்கும்.

சில உத்திகள்

வெற்றிக்கான முதல் படியே கவனமாய்க் கேட்பதுதான்.

- உங்களுடன் பேசுபவரின் கண்களைக் கூர்ந்து நோக்குங்கள்.
- குறுக்கீடு செய்யாதீர்கள்.
- பேச்சின் போக்கை மாற்றாதீர்கள்.
- அடுத்தவரின் உணர்வுகளை உணருங்கள்.
- சொற்கள் சார்ந்தும் (verbally) சொற்களற்ற (non-verbally) விதத்திலும் எதிர்ச்செயல் புரியுங்கள்.

நீங்கள் கவனமாய்க் கேட்பதற்கு இந்த உத்திகள் உதவும்.

முதலாவது உத்தியின்படி எதிராளியின் கண்களுடன் நேரடியாய் சம்பந்தப்படுவது நேர்மையையும், ஆர்வத்தையும் வெளிக்காட்டுவதாகும். கண்களுக்கிடையேயான தொடர்பைப் பராமரிப்பது கவனக் குலைவைத் தடுக்கும்.

நா காக்க

ஜேம்ஸ்.எஸ். ஹ்யூவிட் என்பவர் விவேகத்துடன் பேச வேண்டும் என்பதை இப்படி விவரிக்கிறார் :

நாக்கு உறுதியான இணைப்பற்றது
மிகச் சிறியது, நலிவுற்றது
என்றாலும் அது நசுக்கிவிடும்
அழித்துப்போட்டு விடும் - அது
கூரிய வாளினும் கொடியது - ஒரு
கூட்டத்தையே நிர்மூலப்படுத்தும்
நாக்கு நீண்டவர்களுக்கு
ஆயுள் குறைவு என்கிறது
பெர்ஸியப் பழமொழியொன்று
'குதிரையின் வேகத்தையும் மிஞ்சிவிடும்
உதிர்க்கின்ற சொற்களின் வேகம்'
இது சீனத்துப் பழமொழி
உங்கள் கால்கள் சறுக்கலாம்
வார்த்தையில் சறுக்கிவிடாதீர்கள்
என்கிறது யூதர்களின் மொழி.
ஒரு ஞானி சொல்கிறார்,
'நாவைக் காத்துக் கொள்வதன் மூலம்
ஆன்மாவையும் காத்துக் கொள்' என்று.

எப்போதுமே அடுத்தவருடைய குறைகளைப் பெரிதுபடுத்திப் பேசும் பழக்கம் நம்மில் பலருக்கும். இந்த விமர்சனப் போக்கை நம்மால் விட முடிவதில்லை. விமர்சனம் ஒரு விதத்தில் நல்லது செய்யும். சம்பந்தப்பட்டவரை ஊக்குவிப்பது மாதிரி. ஆரோக்கியமில்லாத விமர்சனமோ அடுத்தவருடைய வளர்ச்சியைச் சிதைத்துவிடும். எனவே மற்றவர்களை விமர்சிப்பதற்கு முன் சிந்தித்துக் கொள்வது நல்லது. நம்முடைய விமர்சனம் உண்மையானதா, பயனுள்ளதா, விமர்சிப்பது அவசியந்தானா என்று ஒருமுறைக்கு இருமுறையாய் சிந்தியுங்கள்.

உங்களுக்குள் இருந்து ஒலிக்கும் குரலைக் கேளுங்கள். எதையும் மனச்சாட்சிப்படி தீர்மானியுங்கள்.

புத்தகம் ஒரு முதலீடு

சார்லி ஜோன்ஸ் என்கிற எழுத்தாளர் தம்முடைய ('Life Is Tremendous') நூலில் இப்படிக் குறிப்பிடுகிறார்.

'மனிதர்கள் மற்றும் நூல்களின் தொடர்பு இல்லாவிடில் இன்னும் ஐந்தாண்டுகளுக்குப் பிறகும் நீங்கள் இருக்கிறபடிதான் இருப்பீர்கள்' என்று.

'சிலர் கண்டதைப் படிக்கிறார்கள்
கைக்குக் கிடைத்ததைப் படிக்கிறார்கள்
சிலர் தேர்ந்துப் படிக்கிறார்கள்
தேடிப் பிடித்து படிக்கிறார்கள்'

நிறையப் பேர் படிப்பதேயில்லை.

பெஞ்சமின் ஃப்ராங்ளின் படிப்பதன் அவசியத்தை எப்படி வலியுறுத்துகிறார் பாருங்கள்.

'உங்கள் மூளையை நிரப்பும் வேலையில்
சட்டைப்பை காலியானால் பரவாயில்லை
மீண்டும் பண நோட்டுகளால் உங்கள்
பைகளை நிரப்பிவிடும் மூளை.'

நீங்கள் படிக்கிற புத்தகம் உங்களை ஆர்வப்படுத்துவதாக இருந்தால் போதாது, உங்கள் துறையில் நீங்கள் மேம்படுவதற்கு வகை செய்வதாயும் இருக்க வேண்டும்.

புத்தகங்கள் சிறந்த முதலீடு. படியுங்கள், வளர்ச்சியடையுங்கள்.

வளர்ச்சிக்கு உதவும் வழிமுறைகள்

◆

உடல், மன ஆரோக்கியம்

உடலும் உள்ளமும் ஒன்றையொன்று சார்ந்திருப்பது. உடல் நன்றாக இருந்தால்தான் உள்ளம் நன்றாக இருக்கும். உள்ளம் நன்றாக இருந்தால் உடல்நலம் காக்கப் பெறும். உள்ளத்தில் ஏற்படுகிற உபாதைகள் உடலைப் பாதிக்கும், உடலில் ஏற்படும் உபாதைகளால் உள்ளம் பாதிக்கப்படும்.

நம்முடைய உடலும் மனமும் ஒருங்கிணைந்து உருவாக்குவதுதான் நமது பொது ஆரோக்கியம்.

'இந்த ஆள் சுறுசுறுப்பானவர்.' உங்கள் நடையை, அங்க அசைவுகளைப் பார்த்தே மற்றவர்கள் சொல்லிவிடுகிறார்கள்.

நிலைக்கண்ணாடி முன் நின்று பார்க்கும் போது நீங்கள் சொல்லிக் கொள்கிறீர்கள், 'நான் விரும்பத்தக்கவனாக இருக்கிறேன்' என்று. உங்கள் பொது ஆரோக்கியம் ஒரு நிறைவான உணர்வை உங்களுக்குள் ஏற்படுத்துகிறது.

இந்த நிறைவான உணர்வே உங்கள் சொல்லிலும், செயலிலும் பிரதிபலிக்கிறது. இவர் 'சுறுசுறுப்பானவர்' என்று மற்றவர்களை இதுதான் சொல்ல வைக்கிறது.

உங்கள் சுறுசுறுப்பு உங்களைச் சுற்றியிருப்பவர்களிடமும் தொற்றிக் கொள்கிறது – ஒருவரிடம் இருந்து மற்றவர்களுக்குப் பரவுகிற மகிழ்ச்சி மாதிரி, புன்னகை மாதிரி.

தங்களை நிறைவாக உணர முடிகிறவர்களுக்கு இந்த உலகம் ஒவ்வொரு நாளும் புதிதுதான்.

தினமும் பார்க்கிற செடி,
தினமும் நடந்து செல்கிற தெரு,
தினமும் சந்திக்கிற அதே மனிதர்கள்.

ஆனால் விரும்பத்தக்க உணர்வுடையவர்களுக்கு எல்லாமே விரும்பத்தக்கதாயிருக்கும்.

மார்க் ட்வைன் கூறுவார், 'ஒரு நல்ல பாராட்டில் இருந்து மூன்று மாதங்களுக்குத் தேவையான ஊக்கத்தை நான் பெறுகிறேன்' என்று.

மற்றவர்களின் பாராட்டுக்குக் காத்திராமல் உங்களை நீங்களே பாராட்டிக் கொள்ளுங்கள், உற்சாகம் பெறுங்கள்.

உறவும், தொடர்புகளும்

எல்லாமே குடும்பத்தில் இருந்துதான் தொடங்குகிறது என்பார்கள். தன்னுடைய குடும்பத்தாருடன் நல்லுறவைப் பராமரிக்கிறவரால்தான், வெளிவட்டாரத் தொடர்புகளிலும் இசைவானவராயிருக்க முடியும்.

ஓர் உறவு எப்படி நல்லுறவாகிறது? அடுத்தவருடைய எண்ணங்களை, எதிர்பார்ப்புகளை, விருப்பங்களைத் தேவைகளை நீங்கள் புரிந்து கொள்கிற போது, அடுத்தவர் நலனில் நீங்கள் காட்டும் அதே அக்கறை அவருக்கும் உங்களிடம் இருக்கிற போது.

ஓர் உறவு எப்படி மோசமானதாகிறது? நீங்கள் எதிராளியைப் புரிந்து கொள்ளத் தவறுகிற போது, அவருடன் தொடர்ந்து முரண்படுகிற போது.

நல்லுறவை எப்படிப் பராமரிப்பது?

யாரையும் அவர்கள் இருக்கிறபடிக்கே நீங்கள் ஏற்றுக் கொள்ள வேண்டும். உங்கள் எண்ணங்களை, எதிர்பார்ப்புகளை அவர்கள் மீது திணிக்கக் கூடாது. உங்கள் குடும்ப உறுப்பினர்களிடம் உள்ள தகுதிகள் தகுதியின்மைகள், திறமைகள், திறமையின்மைகள் இவற்றை ஆராய்ச்சிக்குட்படுத்தாமல் அவர்களை மதியுங்கள். அவர்களும் உங்களைப் போலதான் என்பதை நினைவில் கொள்ளுங்கள்.

அவர்கள் விரும்பிய நிலையை அடைவதற்கு உதவுங்கள். அவர்கள் தடையின்றிச் செயல்படுவதற்கும், வளர்ச்சியடைவதற்கும் உங்களுடைய நிபந்தனையற்ற ஆதரவை வழங்குங்கள். இப்படித்தான் தோன்றி, வளர்கிறது உண்மையான குடும்ப உறவு.

ஒரு பொதுநோக்கத்தை அடையும் முயற்சியில், உங்கள் நிறுவனத்தில் உள்ள சக ஊழியர்களிடமும் இதே அணுகுமுறையை நீங்கள் மேற்கொள்ள முடியும். இதே அணுகுமுறையை உங்கள் சிநேக வட்டத்திலும் நீங்கள் பயன்படுத்தலாம் சின்ன சின்ன திருத்தங்களுடன்.

எண்ணிப் பாருங்கள். நீங்கள் எந்த மாதிரி ஆசாமி. அலுவலக ஊழியர்கள் மத்தியில் எப்படிப்பட்ட நண்பர், சிநேக வட்டத்தில் என்பதை.

எண்ணிப் பாருங்கள். அன்றாட வாழ்க்கையில் நீங்கள் யாருடனெல்லாம் நட்பு கொள்கிறீர்கள், அவர்கள் உங்களிடம் எப்படி நடந்து கொள்கிறார்கள் என்பதை.

முதல் பார்வையிலேயே மனிதர்களை அடையாளம் கண்டுக் கொள்ளும் ஆற்றல் யாரோ ஒரு சிலருக்குத்தான் உண்டு. அவர்கள் எதிராளியின் பார்வை, சிரிப்பு, பேச்சு, நடந்துக் கொள்ளும் முறை இவற்றில் இருந்தே இவர் நம்பத்தக்கவரா இல்லையா என்பதைக் கண்டு கொள்கிறார்கள். ரொம்பப் பேர் பழகிப் பார்த்த பின்பே ஒரு கருத்தை உருவாக்கிக் கொள்ள முடிகிறது.

சிலர் பிரதிபலனை எதிர்பாராமல் நண்பர்களுக்காக எதையும் செய்யத் தயாராகிவிடுகிறார்கள். உண்மை நட்பு பிரதிபலனை எதிர்பாராதது. தங்களுக்குப் பிரச்சினை வருகிற போது உங்கள் நண்பர்கள் உங்களிடம் வந்து நிற்கிறார்கள் என்றால் அறிவுரை சொல்லவும், ஆறுதல் கூறவும், ஆதரவு காட்டவும் கூடிய ஒருவராக நீங்கள் இருக்கிறீர்கள் என்றுதானே அர்த்தம்?

பணத்தை விட பெரிய பலம், இடர்ப்பாடான நேரங்களில் உங்களுக்குக் கை கொடுப்பவர்கள், துன்ப நிலைகளில் உங்களைத் தூக்கி நிறுத்துபவர்கள் உங்கள் அருகில் இருப்பது. அத்தகைய மனிதர்களின் உறவு, தொடர்பு உங்கள் வளர்ச்சிக்கு உறுதுணையாய் அமையும்.

நிதி மேலாண்மை

ஐந்து இலக்கத்தில் ஒரு பெரிய தொகையை நீங்கள் மாத ஊதியமாய் பெறலாம். அது ஒன்றும் முக்கியமில்லை, மாதக் கடைசியிலும் உங்களிடம் பணம் இருக்கிறதா என்பதுதான். (அரை டஜன் கிரெடிட் கார்டுகளை வைத்துக் கொண்டு தான் விரும்பியதை எல்லாம் (விரும்பாததையும்) வாங்க முடிந்தவர் பணக்காரர் அல்ல, கடன்காரர். ஒரு மாதத்தில் அவர் எவ்வளவு பணத்தை எத்தனை கார்டுகளுக்குக் கொட்டியழ வேண்டியிருக்கிறது என்பது அவருக்குத்தான் தெரியும்.

அவசரத்துக்குப் பயன்படுத்த வேண்டிய கார்-டுகளை ஆடம்பரத்துக்குப் பயன்படுத்துகிறவர் அவதிப்பட நேரிடுகிறது.

எந்தப் பொருளால் மகிழ்ச்சி கிடைக்கும் என்று வாங்குகிறோமோ அந்தப் பொருளாலேயே மகிழ்ச்சி போய்விடுகிறது.

வாங்கிய கடனும், பொருளும் மகிழ்ச்சியை அபகரித்து விடுகின்றன, மகிழ்ச்சியை மட்டுமல்ல நிம்மதியையும்.

பத்து சில்லறைக் கடன்களை அடைக்க ஒரு நிதி நிறுவனத்தில் பெரிய தொகையொன்றைக் கடனாய் வாங்குவோம். இது ஒன்றும் சிறந்த நிதி நிர்வாகம் ஆகாது. ஒரு கடனை அடைக்க இன்னொரு கடன் வாங்குகிறவர் எந்த நாளிலும் கடனாளிதான்.

உங்களுடைய நிதி ஆதாரங்களில் கவனமாய் இருங்கள். பணம் வருகிற வழியைப் போலவே அது போகிற வழியும் உங்களுக்குத் தெரிந்திருக்க வேண்டும். நிதி நிர்வாகத்தில் தேர்ந்தவர்கள் 'இது எப்படி நடந்திச்சின்னே தெரியலை' என்று கையைப் பிசைந்து கொண்டு நிற்க மாட்டார்கள். 'அது 'டாலி' (tally) ஆக மாட்டேங்கறது' என்று தலையைப் பிய்த்துக் கொள்கிற நிலை அவர்களுக்கில்லை. காரணம் வரவு செலவுகள் ஒருபோதும் அவர்களுடைய கையை மீறிப் போவது கிடையாது. அவர்களுக்குப் பணத்தை கையாளத் தெரிந்திருக்கிறது. பணம் எப்படிச் செயல்படும் என்பதும் அவர்களுக்குத் தெரியும். அது உங்களிடமும் இருந்தால் நீங்கள் ஓ.கே.தான்.

தனிநபர் கடன் வாங்குகிறார்,
நிறுவனங்கள் கடன் வாங்குகின்றன,
நாடுகள் கடன் வாங்குகின்றன.

வளர்ச்சி, விரிவாக்கம் இப்படி ஏதோ ஒரு காரணம் இருக்கும் கடன் வாங்குவதற்கு. எந்தக் காரணத்துக்குக் கடன் வாங்கினாலும் அதைத் திருப்பிச் செலுத்தும் நிதி ஆதாரங்களை, வாய்ப்பு வளங்களைக் கருத்தில் கொள்ள வேண்டும். வாங்கிய கடனைத் திருப்பிச் செலுத்த முடியாமல் போனால் மூழ்குவது உங்கள் நிறுவனம் மட்டுமல்ல. நிறுவனத்தின் நம்பிக்கை (goodwill) மற்றும் உங்களுடைய தனிப்பட்ட நற்பெயருந்தான்.

பணம் மட்டுமே வாழ்வின் நெறிமுறை ஆகிவிடாது என்பது உண்மை. எனினும், வாழ்வின் முக்கிய நெறிமுறைகளில் அதுவும் ஒன்று என்பதும் உண்மை.

சிறந்த நிதி நிர்வாகம் எல்லாவற்றையும் எளிதாக்கிவிடும். நீங்கள் நிதி நிர்வாகத்தில் சிறந்தவராயிருங்கள்.

தொலைநோக்கு

காலையில் கண்விழிக்கிற போது அன்றைய பொழுதைப் பற்றிய தீர்மானம் உங்களுக்கு இருக்கிறதா? நீங்கள் எங்கே போய்க் கொண்டிருக்கிறீர்கள் என்பதை மிகச் சரியாகத் தெரிந்து வைத்திருக்கிறீர்களா? அடுத்த ஆண்டு எங்கே இருப்பீர்கள், அடுத்த ஐந்து ஆண்டுகளில் நீங்கள் எங்கே சென்றடைவீர்கள், பத்து ஆண்டுகளுக்குப் பிறகு? உங்களுடைய கனவு என்ன? நீங்கள் எதைச் செய்ய விரும்புகிறீர்கள் என்று உங்களால் சொல்ல முடியுமா? முடியும் என்றால் உங்களுடைய தொலைநோக்கு பாராட்டப்பட வேண்டியதுதான்.

அம்மா, நான் அங்கே போய் வருவேன்

நிலவில் காலடி வைத்த முதல் மனிதர் நீல் ஆர்ம்ஸ்ட்ராங். அமெரிக்க நாஸா விண்வெளி ஆய்வு மையம் இவரை 'அப்போலோ-2' மூலம் சந்திரனுக்கு அனுப்பி வைத்தது. ஆர்ம்ஸ்ட்ராங் சிறுவனாக இருந்த போது தம் தாயிடம் நிலவைக் காட்டி, 'அம்மா, என்றாவது ஒரு நாள் அங்கே நான் போய் வருவேன்' என்றாராம். அருகில் இருந்தவர்கள் அதைக் கேட்டு சிரித்திருக்கிறார்கள். அப்போது அவருக்கு வயது பத்து, அப்போது விண்வெளிப் பயணம் நடந்ததில்லை. சந்திரனுக்குச் செல்வது பற்றி யாரும் கவலைப்பட்டதுமில்லை.

ஆனாலும், தம்முடைய விருப்பக் கனவை ஆர்ம்ஸ்ட்ராங் தொடர்ந்தார் என்பதே உண்மை. அவர் படித்தார், கடுமையாக உழைத்தார், ஒரு சோதனை விமான ஓட்டியானார். தம் எல்லைகளை அவர் விரிவுபடுத்திக் கொண்டே வந்தார். பிறகு, விண்வெளித் திட்டமொன்றில் பங்கேற்கிற வாய்ப்பு கிடைத்தது அவருக்கு. சந்திரனுக்குச் செல்கிற திட்டம் தொடங்கிய போது தம்முடைய பெயரைப் பதிவு செய்து கொண்ட முதல் ஆளாக அவர் இருந்தார்.

ஆர்ம்ஸ்ட்ராங் விண்வெளி பயணத் திட்டத்தில் கடுமையாக உழைத்தார். தாம் முன்னணியில் இருக்கிறோமா என்பதை அவ்வப்போது சோதித்துக் கொண்டார். அடுத்தது என்ன, அடுத்து என்ன நடக்கும் என்பது நமக்குத் தெரியும். ஆனால், ஆர்ம்ஸ்ட்ராங் எத்தனையோ ஆண்டுகளுக்குப் பிறகு தாம் என்ன செய்ய வேண்டும் என்பதை முன்பே தெரிந்து கொண்டிருந்தார்.

அவருக்கு நிலவில் நடக்கிற வாய்ப்பு கிடைத்தது. நிலவில் நடந்த முதல் மனிதன் என்கிற பெருமையும் கிடைத்தது.

அந்தத் தொலைநோக்கும், ஆர்வமும், விருப்பமும்தான் ஒளிமயமான எதிர்காலத்தை நோக்கி ஒருவரை உந்திச் செல்கிறது.

எல்லாம் சரி. ரொம்பப் பேருக்கு இன்று தங்கள் கையில் மிச்சமுள்ள நேரத்தை எப்படிச் செலவழிக்கப் போகிறோம் என்றே தெரிந்திருக்காது. இந்த நிலையில் அவர்களிடம் அடுத்த நாளைப் பற்றியும், அடுத்த ஐந்தாண்டுகள் பற்றியும் கேட்டால் என்ன சொல்வார்கள்? ஆனால், வளர விரும்புகிறவர் தமக்கென்று ஒரு கனவை வைத்திருக்க வேண்டுந்தானே.

துறையில் விருப்பம்

தாம் பார்க்கிற வேலை அல்லது தொழிலில் விருப்பம் இருக்க வேண்டும். தம்முடைய வேலையில் விருப்பம் உள்ளவர் காலையில் கண் விழிக்கும் போதே உற்சாகத்துடன் இருப்பார். தம் வேலையில் விருப்பம் இல்லாதவர்க்கு படுக்கையில் இருந்து எழுந்துக் கொள்ள வேண்டுமா என்று இருக்கும். அவரிடம் வார விடுமுறைக்குப் பின் இருக்க வேண்டிய சுறுசுறுப்பு இருக்காது.

'தன் வேலையை விரும்ப முடிகிறவருக்குத்தான், வாழ்க்கையும் விரும்பத்தக்கதாயிருக்கும்.'

உங்கள் வேலை உங்களுக்கு எழுச்சியூட்டக் கூடியதாய் இருக்கிறதா?

'ஐயா, இந்த வேலைக்குப் பணமே வேணாம். இது எனக்குப் பிடித்தமானது, நான் இலவசமாகவே செய்து தர்றேன்?' என்று சொல்லுமளவிற்கு உங்கள் வேலையை நேசிக்க முடிகிறதா? அப்படியானால் நீங்கள் பாக்கியவான்.

துரதிர்ஷ்டவசமாக சிலருக்குத் தாங்கள் செய்கிற வேலை பிடிக்காமல் போய்விடுகிறது. 'நான் கொஞ்சமும் பிடிக்காத வேலையை செஞ்சிட்டிருக்கேன்' என்று அவர்கள் வாய்விட்டுச் சொல்லவும் செய்கிறார்கள். உண்மையிலேயே அது சோகமானதுதான். தனக்குச் சற்றும் பிடிக்காத ஒரு வேலையை நாள் முழுக்க செய்து கொண்டிருக்கிறார் ஒருவர். சொல்லுங்கள், அவரால் வாழ்க்கையை நேசிக்க முடியுமா? தன்னைத்தான் நேசிக்க முடியுமா?

நீங்கள் செய்கிற வேலை உங்கள் மனதை கவரக் கூடியதாயிருக்க வேண்டும். அந்த வேலை உங்களுக்கு புதுத் தெம்பையும், சக்தியையும், வேகத்தையும், மகிழ்ச்சியையும் அளிப்பதாயிருக்க வேண்டும்.

தம்முடைய துறையில் வியக்கத்தக்க வளர்ச்சியை ஒருவர் அடைய முடிகிறது என்றால், அந்த வேலை அவருக்குப் பிடித்தமானதாக இருந்திருக்கும்.

வியக்கத்தக்கவர்களின் சிறப்பியல்புகள்

◆

நீங்கள் அறிவுத்திறன் மிக்கவர் என்று யாரைக் கருத்தில் கொள்வீர்கள் ? உங்களை வியக்கச் செய்தவர்கள் யார், யார் ?

வரலாறு,
கலைக் களஞ்சியம்,
கின்னஸ்,
லிம்கா -

என்று எதை நீங்கள் புரட்டினாலும் திரும்பத் திரும்ப அதே பெயர்கள்தாம் வந்துகொண்டிருக்கும். அது ஒன்றும் அலுப்பூட்டுவதல்ல, வியப்பூட்டுவதாகும். காரணம், அவர்கள் பூமிக் கிரகத்தின் முகத்தையே மாற்றியவர்கள். தங்கள் வியாபார வெற்றிக்காகப் புகழ் பெற்றவர்கள். அவர்களில் சிலர் விளையாட்டுத்துறையிலும், கலைத்துறையிலும், அரசியலிலும் சுடர்விட்டுப் பிரகாசித்திருக்கிறார்கள்.

அவர்களுடைய சிறப்பியல்புகளே அவர்களை வியக்கத் தக்கவர்களாக்கியது.

உறுதியான செயல்முறை

சிந்தனை மனிதனை மாற்றுகிறது, வாழ்க்கையை மாற்றுகிறது, உண்மைதான். ஆனால், உறுதியான சிந்தனையை விட உறுதியான செயல்முறையே அற்புதம் செய்வது.

'சிந்தனையில் கருத்துகள் உருவாகும்,
செயல்முறையோ நம்மை
மாறுபடுத்திக் காட்டும்
மற்றவர்களிடமிருந்து.'

உறுதியான சிந்தனை எப்போதுமே உயர்ந்தது தான். ஆனால், அது எப்போதும் பலனளிப்பதாயிருக்காது.

உறுதியான சிந்தனை நேர்மறையானது, நம்பிக்கையூட்டுவது. அது பயனற்ற செடிகள் நிரம்பிய தோட்டத்தில் நடந்தபடி, 'இங்கே களைகள் இல்லை, களைகள் இல்லை' என்று சொல்வதைப் போன்றது. அப்படிச் சொல்வதால் அந்தக் களைகள் நீங்கிவிடுகிறதா என்ன? நீங்கள் எடுக்கிற நடவடிக்கைகளால்தான் களைகளை நீக்க முடியும். மாற்றத்தைக் கொண்டு வருவது உங்கள் செயல்முறைதான்.

விளைவை ஏற்படுத்தும் சொற்கள்

நம்முடைய எண்ணங்கள் சொற்களைக் கொண்டவை. நாம் எழுதுவதும் சொற்கள். நாம் பேசுவதும் சொற்களைத்தான்.

சொற்கள் சக்திமிக்கவை, சொற்கள் விளைவுகளை ஏற்படுத்தக் கூடியவை.

நம்முடைய அன்றாட வாழ்வில் சொற்களை எப்படிப் பயன்படுத்துகிறோம் என்று கவனித்திருக்கிறீர்களா? பெரும்பாலும் எதிரிடையான வார்த்தைகளையே (negative words) பயன்படுத்துகிறோம்.

'என்ன சார் எப்படி இருக்கீங்க?' நண்பர் கேட்கிறார்.

'நல்லாருக்கேன்' சிலருக்குத்தான் அப்படி சொல்லத் தோன்றுகிறது.

ரொம்பப் பேர் மறுத்துரைக்கிற விதமாகவே பதில் சொல்வார்கள்.

'பார்த்தா எப்படித் தெரியுது'

'ப்சு, ஏதோ இருக்கேன்'

'ஒண்ணும் சொல்லிக்கறாப்பல இல்லை' என்கிற மாதிரி.

எது நமக்குள் இருக்கிறதோ அதுதான் எண்ணத்தில் வருகிறது, வார்த்தையில் வருகிறது.

'எப்படி இருக்கீங்க ?'

'நல்லாருக்கேன்'

'சவுகரியமா இருக்கேன்,' என்று சொல்லிப் பாருங்கள். அப்படிச் சொல்வதில் விரும்பத்தக்க விதமாய் உங்களை உணர்வீர்கள்.

'அருமை', 'பிரமாதம்' போன்ற சிறந்த வார்த்தைகளைப் பயன்படுத்துகிறபோது உங்கள் நம்பிக்கை கூடும், தோற்றத்திலேயே ஒரு பொலிவு வந்துவிடும். ஆனால், அது தொடர்பாய் நீங்கள் ஒரு காரியம் பண்ண வேண்டியிருக்கும். எதைச் சொல்கிறீர்களோ அதை அப்படியே நம்ப வேண்டும். சொல்வதைப் போலவே நம்புதல்!

நீங்கள் புதிய எதிர்ச்செயல்கள் அல்லது ஏற்புத் தன்மைகளை (responses) தெரிந்து கொள்கிற போது, அல்லது ஏதேனும் ஒரு புதிய மொழியைக் கற்றுக் கொள்கிற போது நீங்கள் மூளை அணுக்களுக்கான ஒரு புது வழியை உருவாக்குகிறீர்கள். இந்த இடத்தில் மூளை அணுக்களின் பாதை என்பது அறிவுத் திறனின் பாதை ஆகும்.

'ரொம்ப நல்லாருக்கேன்' என்று நீங்கள் பதிலளிக்கிற போது உண்மையிலேயே உங்கள் ஆரோக்கியம் மேம்படுகிறது.

உங்கள் எதிர்ச்செயல்கள் (responses) அறிவுமிக்கதாயிருப்பின் அருமையான சொற்களை தேர்ந்தெடுத்துக் கொண்டிருப்பின் வியத்தகு மாற்றங்கள் விளையும் முப்பதே நாட்களில்.

வார்த்தைகள் ஒளியைக் கொண்டு வரும். மகிழ்ச்சியைக் கொண்டு வரும். அமைதியையும் ஆற்றலையும் கொண்டு வரும். ஆனால் அவை தேர்ந்தெடுக்கப்பட்ட வார்த்தைகளாயிருக்க வேண்டும்.

'இந்த உலகம் வியக்கத்தக்கது. இங்கு எல்லாமே அழகாயிருக்கிறது, விரும்பும்படியாக இருக்கிறது' என்று நீங்கள் தோராயமாகச் சொல்லி விடுவதற்கில்லை. இங்கே நீங்கள் அருவருக்கும்படியாகவும், வெறுக்கும்படியாகவும் இருப்பவை அநேகம். ஆம், சில சமயங்களில் அப்படித்தான் ஆகிவிடுகிறது. எனவே, நடப்பு நிலையை விவரிக்கிற மாதிரி சரியான சொற்களைத் தேர்ந்து கொள்ளுங்கள்.

உங்களைச் சுற்றியிருப்பவர்கள் சொல்கிறார்கள் :

'நான் சலிப்படைந்துவிட்டேன்'
'நான் ரொம்ப மோசமாக உணர்கிறேன்'
'நான் களைத்துப் போனேன்' என்கிற மாதிரி.

அவர்கள் அப்படிச் சொன்ன பிறகு என்ன நடக்கிறது, கொஞ்சம் ஊகித்துப் பாருங்களேன்.

'சலிப்பாயிருக்கு' என்று சொன்னவர் உண்மையிலேயே சலிப்புற்று விடுகிறார்.

'நான் மோசமாக உணர்கிறேன்' என்றவர் இழிவான நிலைக்குத் தள்ளப்படுகிறார்.

'களைத்துப் போனேன்' என்றவருக்கு உண்மையாகவே களைப்பு வந்துவிடுகிறது.

இப்படி போலியாகச் சொல்வதை நாம் விட வேண்டும். ஏமாற்றும் எண்ணத்துடன் சொல்பவர் தாமே ஏமாறும்படி ஆகும்.

'நான் ரொம்ப களைத்துப் போய்விட்டேன்' என்பவர் தாம் செய்த வேலையில் தம்முடைய முழு சக்தியையும் இழந்திருக்கமாட்டார். எங்கே அவரிடம் சொல்லிப் பாருங்கள். 'நீர் இந்த 'ப்ளாக்' (block) கைச் சுற்றி மூணு ரவுண்ட் ஓடி வாரும், உமக்கு இலட்ச ரூபாய் தர்றேன்' என்று. அதுவரை அவர் ஓடியே அறியாதவராயிருந்தாலும், ஓடத் தொடங்கி விடுவார். சோர்ந்து விழுந்து கொண்டிருந்தவர்க்கு எங்கிருந்து வந்தது சக்தி?

'நான் களைத்துவிட்டேன்' என்று சொல்வதை விட, 'இன்னும் அதிக சக்தியுடன் என்னால் செயல்பட முடியும்' என்று நீங்கள் சொல்லக் கூடும். மாறுபட்ட சொற்களைத் தேர்ந்தெடுக்கிற போது உங்களால் வித்தியாசம் காட்ட முடிகிறது. 'அதிக சக்தி' என்கிற சொல் 'இன்னும் கூடுதல் சக்தியை எனக்குக் கொடு' என்று மூளைக்கு நீங்கள் வைக்கிற வேண்டுகோள்.

உங்கள் மூளை கோப்புகள் கொண்ட இழுப்பறை (cabinet) மாதிரி. ஒரு குறிப்பிட்ட வார்த்தையை நீங்கள் பயன்படுத்துகிற ஒவ்வொரு முறையும் அது தகவல் குறிப்பாக அதைக் கொள்கிறது.

நீங்கள் ஒரு வார்த்தையை எந்த அளவு பயன்படுத்துகிறீர்களோ அந்த அளவுக்கு மூளை அணு வலுவான செல்வழியாகிறது. உங்களுடைய சொற்களோடு உங்கள் அங்க அசைவுகளும், கண்களின் ஒளியும், மக்களுக்குள் உங்களுக்குள் ஏற்படுகிற உணர்வும் வித்தியாசத்தை உண்டு பண்ணும். உங்கள் மூளை வெளிப்படுத்துகிற இரசாயனங்கள் (chemicals) உங்களுடைய சுவாச முறையை மாற்றும். உங்களுக்கு அதிக சக்தி வழங்கப்பட்ட நிலையில் நீங்கள் முற்றிலும் மாறுபட்டவராகிவிடுவீர்கள். ‘இன்னும் சக்தியுடன் நான் செயல்பட முடியும்’ என்கிற மாதிரி நீங்கள் சொல்கிற போது அது நிகழ்ந்து விடுகிறது. ‘ஆம், அதிக சக்தியை எப்படித் தருவதென்று எனக்குத் தெரியும்’ என்று உங்கள் மூளை சொல்கிறது, அதிக சக்தியை அது தயார் செய்கிறது.

வார்த்தைகளை மாற்றிப் போடுங்கள். அந்த வார்த்தைகள் உங்களை மாற்றிப் போடும்.

பழைய சொல்முறை (வழக்கமானது)	**புதிய சொல்முறை** (மாறுபட்டது)
களைப்பா இருக்கு	அதிக சக்தியுடன் செயல்படுவேன்
சலித்துப் போனேன்	இதில் இன்னும் விருப்பம் ஏற்பட முடியும்
பயமா இருக்கு	இன்னும் நம்பிக்கை தேவைப்படுகிறது
பணமில்லாம இருக்கேன்	என்னிடம் நிறைய பணம் இருக்கப் போவுது

மேற்கண்ட பழைய சொல்முறை நம்மைத் துவளச் செய்துவிடும். புதிய சொல்முறை நம்மைத் தூக்கி நிறுத்தும் சக்தி கொண்டது.

சில சமயம், ‘இதை நம்மால் மாற்ற முடியாது’ என்றும், ‘ஏன் இப்படி ஆயிற்று ?’ என்கிறோம். ‘நாம் இதை மாற்ற முடியும்’ என்றும், ‘ஏன் இப்படி இருக்கக் கூடாது ?’ என்றும் கேள்வி முறையை மாற்றிக் கொள்ளலாமே. எதையும் நேர்மறையாக (positive)ச் சொல்கிற போது நமக்கு நம்பிக்கை ஏற்படுகிறது. நாம் உறுதியுடன் செயல்பட முடிகிறது.

கேள்விகள் ஆற்றல் மிக்கவை. உங்களுக்கு நீங்களே ஒரு கேள்வியைக் கேட்டுக் கொள்கிற போது உங்கள் மூளை அதற்கு விடையளித்தாக வேண்டியிருக்கும். ஆனால், அது உடனே

விடையளித்து விடாது. விடையைக் கண்டுபிடிப்பதற்கான செயல்முறையை அப்போதே தொடங்கிவிடும்.

நீங்கள் ரொம்பவும் கவனமுடன் கேள்விகளைக் கேட்க வேண்டும். முதலில் அவை நேர்மறையானவையா என்பதை நிச்சயப்படுத்திக் கொள்ளுங்கள்.

'கொடுக்க முயற்சி பண்றேன், செய்து முடிக்க முயற்சி பண்றேன், இன்னும் கடுமையா முயற்சி பண்ணணும்' போன்ற வார்த்தைகளை நாம் அடிக்கடிப் பயன்படுத்துகிறோம். 'முயற்சி பண்றேன்' என்றாலே 'செய்வதற்கில்லை' என்று தாராளமாய் அர்த்தப்படுத்திக் கொள்ளலாம்.

'முயற்சி செய்றேன்'கற வார்த்தை பலவீனமானது. நம்முடைய கருத்து வெளியிடும் முறை (language) யை நாம் மாற்றிக் கொள்ள வேண்டும். கேள்விகளை இன்னும் சிறந்த முறையில் கேட்க வேண்டும். இது நம்மால் முடிகிறதுதான்.

வித்தியாசமாகச் சிந்தியுங்கள்

அறிவுத்திறன் மிக்கவர்கள் மாறுபட்ட முறையில் சிந்திக்கிறார்கள். அவர்களுடைய சிந்திக்கும் முறை மற்றவர்களுடைய முறையில் அமைந்திருந்தால், விளைவுகளும் அதே மாதிரிதான் இருக்கும்.

'நீங்கள் விரும்பிய பலனைப் பெறுவதற்கு,
உங்கள் சிந்தனை சரியானதாயிருக்க வேண்டும்.'

ஒரு மாறுபட்ட சிந்தனை, செயல்நிலை (situation)யையே மாற்றிவிடும். ஆனால் வெறும் சிந்தனை போதாது. சிந்தனையும் செயலும் சேர்ந்துதான் மாற்றத்தைக் கொண்டு வர முடியும்.

'விதைகளை நிலத்தில் விதைக்கிற மாதிரி
மாறுபட்ட சிந்தனைகளை
உங்கள் மனத்தில் விதையுங்கள்.'

மாறுபட்ட சிந்தனை என்றாலும் அது நடைமுறை சாத்தியங்களைக் கொண்டதாயிருக்க வேண்டும். பழத்தோட்டம் போட விரும்புகிற ஒருவர், 'அட, எல்லாருந்தான் இங்கே பயிர் பண்றாங்களே. நாம அண்டார்ட்டிகாவில் பழத்தோட்டம் போடுவோம்' என்று நினைத்தால் அது மாறுபட்ட சிந்தனை அல்ல, அபத்தச் சிந்தனை.

எண்ணங்களின் தொகுப்பே வாழ்க்கை. எண்ணங்களின் கூட்டுத் தொகையே உங்கள் சிறப்பியல்பு. அதே சமயம் உங்கள் எண்ணங்களை நீங்கள் தெரிவு செய்து கொள்ள முடியும்.

'மாறுபட்ட கோணத்தில் சிந்திக்கிற போது
மாறுபட்ட கருத்துகள் உருவாகும்.
கருத்துகள் மாறுபட்டதாயிருந்தால்
செயல்முறையிலும் மாற்றம் இருக்கும்.'

பெரிய அளவில் செயல்படுதல்

மீன் வரட்டும் என்று காத்திருக்கிற கொக்கினைப் போல், நீங்களும் வேளை வரட்டும் என்று காத்திருப்பீர்களா ?

வெற்றியாளர்கள் காத்திருப்பதில்லை. வாய்ப்புகளை அவர்களே உருவாக்கிக் கொண்டுவிடுகிறார்கள்.

சில இடங்களில் ஒரு மாதத்தில் முடிக்கிற வேலை ஓராண்டுக்கு இழுத்துக் கொண்டு போகும். காரணம், அவர்களுடைய நடவடிக்கைகள் பெரிய அளவில் இருப்பதில்லை என்பதுதான்.

ஒரு செயலைப் பற்றி பேசிக் கொண்டும், மற்றவர்கள் அதைச் செய்வதைப் பார்த்துக் கொண்டும் இருப்பதை விட நீங்களே அதைச் செய்யலாம்தானே ?

சி.என்.என். தொலைக்காட்சிக்காக லாரிகிங் என்பவர் பில்கேட்ஸுடன் உரையாடினார் (நேர்காணல்). எப்போதுமே நேர்காணல் நிகழ்த்துகிறவரின் கேள்விகளில் ஒரு 'கொக்கி' இருக்கும், எதிராளியை சிக்கவைக்கிற தந்திரம். பில்கேட்ஸ் அதில் சிக்கக் கூடாது என்று தீர்மானித்துக் கொண்டு, எளிய பதில்கள் மூலம் எப்படி நழுவுகிறார் பாருங்கள் !

லாரிகிங்கின் கேள்வி - 'உங்கள் வெற்றியின் இரகசியம் என்ன ?'

பில்கேட்ஸின் பதில் - 'நாங்கள் சரியான இடத்தில் சரியான நேரத்தில் இருந்தோம்.'

கிங்கிற்கு அந்தப் பதில் திருப்தியளிக்கவில்லை. 'அது உண்மையல்ல. ரொம்பப் பேர் சரியான இடத்தில் சரியான நேரத்தில்

இருந்திருக்கிறார்கள். ஆனால் உலகிலேயே உங்கள் மைக்ரோசாஃப்ட் நிறுவனம்தான் மிகப் பெரியதாயிருக்கிறது. நீங்கள் அப்படி என்னதான் செய்தீர்கள்? அது எப்படி சாத்தியமாயிற்று?'

பில்கேட்ஸ் சொன்னார், 'ஹோம் கம்ப்யூட்டர் தயாரிப்பு குறித்து எங்களிடம் ஒரு தொலைநோக்கு இருந்தது' என்று.

கிங் குறுக்கிட்டு, 'சரிதான். உங்களிடம் ஒரு தொலைநோக்கு இருந்திருக்கும். ஆனால் உங்கள் போட்டி நிறுவனங்களுடையதை விட அது சிறிதாகவல்லவா இருந்தது. சொல்லுங்கள், உண்மையிலேயே எது வித்தியாசப்படுத்திக் காட்டியது?'

'மற்றவைகள் எங்களுடையதை விட தரத்தில் குறைவாக இருந்திருக்கும்.'

'இல்லை, நிச்சயமா அது இல்லை,' என்கிறார் கிங்.

பில்கேட்ஸ் கொஞ்சம் சங்கடமாய் உணர்கிறார். கிங் மீண்டும் ஒரு முறை அவரைத் தூண்டுகிறார்.

'சொல்லுங்கள் கேட்ஸ், உண்மையிலேயே வேறுபடுத்திக் காட்டுவது எது? மைக்ரோசாஃப்ட் எதனால் நெம்பர் ஒன்னாக இருக்க முடிகிறது?'

'நாங்கள் பெரிய அளவில் கடுமையாகச் செயல்படுகிறோம்?' என்கிறார் பில்கேட்ஸ்.

'உதாரணம் காட்ட முடியுமா?' கேட்கிறார் கிங்.

பில்கேட்ஸ் தொடக்க கால அனுபவம் ஒன்றை விவரிக்கிறார். 'அப்போது நாங்கள் 'ஐ.பி.எம்' நிறுவனத்துக்காக செயல்பட விரும்பினோம். அவர்களிடம் தொடர்பு கொண்ட போது, 'உங்கள் வேலை எப்படி என்று நாங்கள் பார்க்க வேண்டுமே' என்று கேட்டார்கள். நாங்கள் அதற்கு முன் செய்த வேலைகளை சரியாக நான்கே மணி நேரத்தில் அவர்களிடம் கொண்டு சென்றோம். அந்த நான்கு மணி நேரத்தில் இரண்டு மணி நேர விமானப் பயணமும் அடக்கம்' என்று.

மற்றவர்களாக இருந்திருந்தால் 'என்ன செய்வது? எப்படி? என்று தயங்கியிருப்பார்கள். பில்கேட்ஸ் குழுவினர் உடனே விமானத்தில் பறந்து சென்றனர். ஐ.பி.எம். அதிகாரிகளிடம் பேசி, தேவையான

விளக்கங்களைத் தந்து தங்களை நிரூபித்தனர். ஐ.பி.எம்மிற்காகச் செயல்படும் வாய்ப்பைப் பெற்றதன் மூலம் தங்களுடைய வலிமையை அவர்கள் (பில்கேட்ஸ் குழு) பெருக்கிக் கொண்டனர். அதனால் உலகத்திலேயே மிகப் பெரிய நிறுவனமாக அவர்கள் மாற முடிந்தது.

'நீங்கள் பெரிய அளவில் செயல்படுகிற போது பலன்களும் பெரிய அளவில் இருக்கும்.'

தகுதியைத் தீர்மானிக்கும் தகுதிகள்

◆

சமுதாயத்தில் உங்கள் நிலை என்ன? நீங்கள் அது பற்றி எப்போதாவது எண்ணிப் பார்த்தது உண்டா?

ஒருவருடைய திறமை, தகுதி, நற்பண்பு இவை மற்றவர்களால் மதிக்கப்படுகின்றன. அவரிடம் உள்ள பயன் தரத்தக்க அம்சங்களால் அவர் முக்கியத்துவம் பெறுகிறார். சமுதாயத்தில் ஓர் உயர்ந்த இடத்தைப் பெறுவதற்கு உங்களுடைய மதிப்புகளே (values) காரணமாக அமையும்.

உங்கள் மதிப்புகளை நீங்கள் எப்படி உணர்கிறீர்கள், செயல்படுகிறீர்கள், உங்களுடைய நம்பிக்கை அமைவு எத்தகையது என்பதையும் மக்கள் தொடர்புப்படுத்திப் பார்க்கிறார்கள். நீங்கள் சரியான மதிப்புகளையும், அதற்கேற்ற சரியான நம்பிக்கைகளையும் கொண்டிருந்தால் உங்கள் வாழ்க்கை மேம்படும். உங்கள் கற்பனைக்கெட்டாத ஓர் எல்லையை அது கண்டடையும்.

பண்பை வெளிப்படுத்தும் பணம்

சர். ஜான் டெம்பிள்டன் ஒரு மெகா கோடீஸ்வரர். தம்முடைய வருவாயில் ஐம்பது சதவீதத்தை அவர் சேமித்து, முதலீடாக்குவார். தகுதியான காரணங்கள் இருப்பின் அவர் கொடுத்து உதவத் தயங்குவதில்லை. தனி நபர்களுக்கும், தன்னார்வத் தொண்டு நிறுவனங்களுக்கும் அவர் கோடிக்கணக்கில் பொருளுதவி செய்திருக்கிறார். உதவுவது அவருடைய பண்பாகவும், வழக்கமாகவும்

இருந்திருக்கிறது. மக்களுக்கு உதவுவது பற்றி அவர் ஒரு புத்தகமே எழுதியிருக்கிறார்.

நிகொலஸ்வான் ஹுக்ஸ்ட்ரேட்டன் என்பவரும் சொத்துக்களில் முதலீடு பண்ணுகிறவர்தான். ஆனால் இவர் பேராசைக்காரர். தம்முடைய குத்தகைக்காரர்களிடம் விரோத மனப்பான்மையுடன் நடந்து கொள்வார். அண்டைய அயலாரிடமும், தொழிற்கூட்டாளி களுடனும் ஒரே சண்டை சச்சரவுதான். படுகொலை செய்த குற்றத்துக்காக பத்தாண்டு சிறைவாசம் பெற்றார்.

மேற்கூறிய இருவரிடமும் நிறையப் பணம் இருந்திருக்கிறது. ஒருவர் மனிதநேயம் உள்ளவராகவும், மற்றொருவர் மனிதர்களை வெறுப்பவராகவும் இருந்திருக்கின்றனர். பணம் அவர்களுடைய பண்பை (நல்லது, கெட்டது) வெளிப்படுத்தியது.

அவரவர் சொல்லிலும், செயலிலும் அவரவருடைய பண்புகள் வெளிப்பட்டுக் கொண்டுதானிருக்கின்றன. ஆனால், பணம் அந்தப் பண்புகளைப் பெரிதுபடுத்திக் காட்டும்.

‘மதிப்புகள் உங்கள் இடத்தைத்
தீர்மானிக்கிறது, தனிப்பட்ட
வாழ்க்கையிலும், சமுதாயத்திலும்’

உங்கள் வளமான எதிர்காலத்துக்கு உங்களுடைய மதிப்புகளே அடித்தளம்.

முக்கியத்துவம் பெறுதல்

உங்கள் மூளைக்குள் பல கேள்விகள் எழும். அவற்றுள் எந்தக் கேள்வி அடிக்கடி உங்களைத் தொல்லைப்படுத்தும் என்பதைக் கவனியுங்கள்.

- என்னை யாரும் விரும்பவில்லையே, அது ஏன் ?
- நான் செய்கிற எதிலும் எனக்குத் திருப்தி ஏற்படவில்லையே, அது ஏன் ?

- என்னால் எதையும் முழுமையாய்ப் பார்க்க முடியவில்லையே, அது ஏன்?
- நான் ஏன் இங்கிருக்கிறேன்?
- நான் வருத்தத்தில் இருப்பது ஏன்?
- அடுத்தது என்ன?
- என்னை நேசிக்கக் கூடிய யாரையும் நான் கண்டு கொண்டிருக்கிறேனா?
- இதில் என்னுடைய பங்கு என்ன?

மேற்கண்ட கேள்விகளில் கடைசியாக இடம் பெற்ற கேள்வி அதிக முக்கியத்துவம் உடையது. 'இதில் என்னுடைய பங்கு என்ன?' என்கிற கேள்வியை இப்படியும் அர்த்தப்படுத்திக் கொள்ளலாம். 'என்ன நடக்கிறது, அதில் எனக்கும் தொடர்பு இருக்கிறதா?' என்று.

எந்தவொரு நிகழ்விலும் நீங்கள் பங்கேற்க விரும்புகிறீர்கள் என்கிற போது, புதிய வழிகளை நீங்கள் கண்டடைய முடியும்.

அவை உங்கள் வெற்றிக்கான, குறிக்கோளை அடைவதற்கான வழிகள். பல்வேறு திட்டங்களில் உங்களை ஈடுபடுத்திக் கொள்வதன் மூலம் உங்கள் வாழ்க்கையில் நீங்கள் முன்னேற்றம் காண முடியும்.

எது முக்கியத்துவம் உடையது என்று நீங்கள் கருதுகிறீர்களோ அதைச் செய்யுங்கள். உங்கள் நேர ஒதுக்கீட்டில் அதற்கு முன்னுரிமை அளியுங்கள். உங்களிடமுள்ள திறமைகளை, ஆற்றலை அதில் பயன்படுத்துங்கள். அந்த வகையில் 'எனது வாழ்க்கையின் குறிக்கோளை அடைவதில், என்னுடைய தடையற்ற ஆற்றலை நான் எப்படிப் பயன்படுத்துவது?' என்ற கேள்வி உதவும். இத்தகைய கேள்விகள் குறிப்பிட்ட ஒரு செயலில் நம்முடைய கவனத்தை ஒருமுகப்படுத்தும்.

சிறந்தவைகளைத் தேர்வு செய்யவும், சிறந்த முடிவுகள் எடுக்கவும் கேள்விகள் உந்து சக்தியாய் அமையும்.

ஒரு கேள்வியைக் கேட்டுக் கொள்வதற்கு முன் அது உங்கள் ஆற்றலை அதிகரிக்கக் கூடியதா, அல்லது ஆற்றலைக் குறைப்பதா என்பதைத் தெரிந்துக் கொள்ளுங்கள். ஒரு கேள்வியைத் திரும்பத் திரும்ப கேட்டுக் கொள்வதன் மூலம் அதைச் சரிசெய்து கொள்ள முடியும்.

கேள்விகள் உங்கள் அதிகாரத்தை உறுதி செய்வதாய், உங்கள் உரிமையை நிலைநாட்டுவதாய் இருக்க வேண்டும்.

ஒரு கேள்வியை நீங்கள் விழிப்புணர்வுடன் நாள் முழுக்க கேட்டுக் கொண்டேயிருந்தால், சீக்கிரமே அது உங்கள் ஆழ்மனதில் இடம் பெற்றுவிடும். அவ்விதமாய் அது உங்களில் ஒரு பகுதியாகிவிடும்.

உங்கள் மதிப்புகளில் இருக்கிறது உங்களுடைய முக்கியத்துவம். உங்கள் வாழ்க்கையில் நீங்கள் எங்கே சென்றடைய விரும்புகிறீர்கள் என்பது பற்றியது அது.

நீங்கள் மதிப்புகளாய் கருதக் கூடியவைகளுள் சில -

- **வெற்றி.** நீங்கள் வெற்றியடைய விரும்புகிறீர்களா? உங்கள் துறையின் வழிகாட்டியாய் செயல்பட விரும்புகிறீர்கள் இல்லையா? எப்போதும் முதலிடம் பெற விரும்புகிறீர்கள்தானே?

- **கேளிக்கை.** உங்கள் மதிப்புகளில் மகிழ்ச்சி ஆரவாரத்தையும் ஒன்றாகக் கொண்டிருக்கிறீர்களா? வாழ்க்கையைச் சிரிப்பும், கும்மாளமுமாய் கழிக்க விரும்புகிறீர்களா?

- **ஆர்வம்.** காலையில் படுக்கையை விட்டு எழும் போதே உங்களுக்குள் பீறிடுகிற ஆர்வம், நாள் முழுக்க அப்படியே நீடிக்கிறதுதானே?

- **அதிக ஆசை.** 'எனக்கு இன்னமும் வேண்டும். நிறைய வேண்டும். எது நடந்தாலும் அது பற்றிக் கவலையில்லை' என்பவரா நீங்கள். அப்படியானால், உங்களுடைய மதிப்புகளில் (values) ஆசையும் ஒன்றாக இடம் பெறலாம். அதில் தவறில்லை.

தகுதியைத் தீர்மானிக்கும் தகுதிகள் • 37

- **ஆற்றல்.** உங்களுக்கு ஆற்றல் முக்கியமாய்ப்படுகிறதா ? மற்றவர்கள் உங்களைப் பார்த்து, 'ஆற்றல்மிக்க மனிதர் இவர். பல வெற்றிகளைக் குவித்தவர்' என்று சொல்லும்படியாய் தலைமையேற்று நடக்க விரும்புகிறீர்களா ?

- **நேசம்.** மற்றவர்களை நேசிக்கவும், மற்றவர்களால் நேசிக்கப்படவும் உங்களுக்கு விருப்பம் இருக்கிறது அல்லவா ? அன்பைப் பற்றி எப்படி உணர்கிறீர்கள் ?

- **வாய்மை/நேர்மை.** மற்ற மதிப்புகளைக் காட்டிலும் உண்மையே உயர்ந்தது என்று கருதுகிறீர்களா ? ஒருவர் உண்மைக்கு மாறாக நடந்துக் கொள்கிற போது உயிரே போவது போல் துடித்து விடுவீர்களா ?

- **அங்கீகாரம்.** உங்களுடைய செயலுக்கு அங்கீகாரத்தை எதிர்பார்த்திருப்பவரா நீங்கள் ? உங்களுடைய பங்களிப்புக்கு ஓர் ஏற்பிசைவு இருக்க வேண்டும் என்று நினைக்கிறீர்கள். நீங்கள் யார், எங்கிருக்கிறீர்கள், குறிப்பாக நீங்கள் என்ன செய்து கொண்டிருக்கிறீர்கள் என்பதெல்லாம் மற்றவர்களால் அறிந்து, ஏற்கப்பட வேண்டும் என்று விரும்புகிறீர்கள் அல்லவா. அதுதான் அங்கீகரிப்பு (recognition).

- **கட்டுப்படுத்துதல்.** நீங்கள் கட்டுப்பாட்டில் (control) இருக்க விரும்புகிறீர்களா ? ஒரு நாளின் ஒவ்வொரு கணத்திலும் என்ன நடக்கிறது என்பதை மிகச் சரியாக தெரிந்துக் கொள்ள விரும்புகிறீர்களா ? என்ன நடக்கப் போகிறது என்பதை நுட்பமாய் தெரிந்துக் கொண்டு, அதை உங்கள் கட்டுப்பாட்டில் வைக்க விரும்புகிறீர்கள் அப்படித்தானே.

- **மன எழுச்சி (Excitement).** ஒரு குன்றின் உச்சியில் இருந்து அப்படியே பறந்து செல்லத் துடிப்பவரா நீங்கள் ? அபாய நிலைகளைத் துணிந்து ஏற்குமளவுக்கு நீங்கள் தூண்டப்படுகிறீர்கள். உறவாகட்டும், தொழிலாகட்டும் எதுவும் உங்களுக்குக் கிளர்ச்சியூட்டுவதாய் இருக்க வேண்டும் இல்லையா ? அப்படியானால், மன எழுச்சியும் உங்கள் மதிப்புகளில் ஒன்றாக இருக்கும் என்று நம்பலாம்.

- **கவலை.** எப்போதும் கவலையில் ஆழ்ந்திருப்பதாக ஓர் எண்ணம் இருக்கிறதா உங்களுக்கு? கவலைப்படுவது அக்கறையை வெளிப்படுத்தும் ஒரு வழியென்று நீங்கள் நம்புகிறீர்களா?

- **படைப்பாற்றல்** (creativity). நீங்கள் செய்கிறவற்றில் ஏதேனும் புதுமை இருக்க வேண்டும் என்று நினைக்கிறீர்களா? உங்கள் கற்பனையைப் பயன்படுத்தி புதிய வழிகளைக் கண்டறிகிறீர்களா? எல்லைகளை விரிவு செய்து கொள்ளும் எண்ணம் உண்டா?

பொருத்தமானதைத் தெரிவு செய்யுங்கள்

மதிப்புகள் பல்வேறானவை. அவற்றில் இருந்து உங்கள் மதிப்புகளை நீங்கள் தேர்ந்துக் கொள்ள முடியும். உங்கள் மதிப்புகளாய் நீங்கள் கருதுகிறவைகளை ஒரு காகிதத்தில் எழுதிப் பாருங்கள். அது மிகப் பலவாகவோ அல்லது மிகச் சிலவாகவோ இருக்கலாம். உங்களுடைய தற்போதைய மதிப்புகள் பற்றிக் கவனமாய்ச் சிந்தியுங்கள். மேற்குறிப்பிட்டவைகளில் இருந்துதான் உங்கள் மதிப்புகளை நீங்கள் தெரிவு செய்தாக வேண்டும் என்பதில்லை. அவை உதாரணங்கள். நீங்கள் மதிப்புகளாய் (values) கருதுகிற எதையும் பட்டியலிடலாம். அவற்றை முக்கியத்துவ அடிப்படையில் வரிசைப்படுத்திக் கொள்ளுங்கள்.

நீங்கள் கடைசியில் என்னவாக விரும்புகிறீர்கள் என்பதையும் கவனமுடன் சிந்தியுங்கள். அந்தப் பட்டியலின் இறுதியில் எந்த மாதிரி நபராக விரும்புகிறீர்கள் என்பதைக் குறிப்பிடுங்கள் 'இந்த மதிப்புகள் என்னுடைய இலக்கை அடைய உதவுமா?' என்று கேட்டுக் கொள்ளுங்கள் (பட்டியலை ஆராய்ந்தப் பின்).

நீங்கள் கடைசியாக எப்படி ஆக வேண்டும் என்று விரும்புகிறீர்களோ அப்படியாவதற்கு உதவாவிடில் அந்த மதிப்புகள் பொருத்தமற்றவை என்று புரிந்துக் கொள்ளலாம்.

உங்கள் பயண இலக்கை நீங்கள் அடைய முடியாமல் போனால் உங்களுடைய மதிப்பமைவு (value system) முற்றிலுமாகவோ அல்லது பகுதியளவிலோ தவறாகிவிட்டிருக்கலாம்.

எது தவறாகிவிட்டது என்பதைக் கண்டறிந்து அதற்குப் பதிலாக வேறொன்றை அந்த இடத்தில் வைக்கலாம். உங்களால் ஒன்றை மாற்றவும், தூக்கியெறியவும் முடியும். இலக்கை அடைவதில் உங்களுங்கு உதவக் கூடியவைகளை புதிய விதிகளாய் நீங்கள் சேர்த்துக் கொள்ள முடியும்.

தற்போது என்ன நடக்கிறது என்பதை மிகச் சரியாக நீங்கள் புரிந்து கொண்டிருந்தால், இந்த வாழ்க்கை ஒரு போதும் இருந்தபடிக்கு இருக்கப் போவதில்லை என்பதை உணர்ந்து கொள்வீர்கள். பிறகு பார்த்துக் கொள்வோம் என்று இருந்துவிடாதீர்கள்.

'அடுத்த சில நிமிடங்களில்
எடுக்கிற நடவடிக்கைகளில்
உங்கள் வாழ்க்கை மாறிவிடும்
உடனடியாய்.'

நம்பிக்கை அமைப்புகள்

◆

ஒவ்வொரு நாளும் எது உங்களை உந்திச் செல்கிறது? ஒவ்வொரு நாளிலும் எது உங்களைக் கட்டுப்படுத்தி வைக்கிறது? உங்களை எதுவும் பின்னுக்கிழுக்கவில்லை என்றால் இப்போதே உங்கள் கனவை நீங்கள் அடைந்துவிட்டிருப்பீர்கள். நீங்கள் எதையெல்லாம் செய்ய விரும்பினீர்களோ அதையெல்லாம் செய்து முடித்திருப்பீர்கள்.

உங்களைக் கட்டுப்படுத்திக் கொண்டிருக்கும் நம்பிக்கை அமைப்பை அகற்றிவிட்டு, அந்த இடத்தில் எழுச்சியூட்டக் கூடிய ஒன்றைத் திரும்பவும் வையுங்கள். நீங்கள் இதனைச் செய்வதற்கு, பெரிய அளவிலான மாற்றத்தை ஏற்படுத்துவதற்கு போதிய காரணங்கள் உங்களிடம் இருக்க வேண்டும்.

உங்களுக்குள் ஒரு குறுந்தகடு இயங்கிக் கொண்டிருக்கிறது இருபத்திநான்கு மணி நேரமும். அந்தக் குறுந்தகடு ஆண்டுக்கணக்காய்ச் சுழன்றபடி இருக்கிறது. உங்களைப் பற்றி நீங்கள் உணர்ந்த, உங்களைப் பற்றி நீங்கள் அறிந்திருந்த அனைத்தும் அந்தக் குறுந்தகட்டில் நன்றாகப் பொருத்தப்பட்டுள்ளது. அது உங்கள் மூளைக்குள் இடைவிடாமல் சுழல்கிறது. அந்தக் குறுந்தகட்டில் சில மாறுதல்களைத் தற்போது நீங்கள் செய்ய வேண்டியிருக்கும். இல்லையேல் அது உங்களைக் கட்டுப்படுத்தும், தடைகளைத் தோற்றுவிக்கும், நீங்கள் மாறக் கூடாது என்பதற்கான காரணங்களை வழங்கும். அது பழசாகிவிட்டது. அதைக் கீறிச் சிதைத்து கடாசி விட வேண்டும் என்று நீங்கள் துடிப்பீர்கள். அதில் இருந்து நீங்கள் விடுபட விரும்புவீர்கள். அதை மறுபடியும் இயக்குவதற்கு விருப்பம் இருக்காது.

உங்கள் நம்பிக்கை அமைப்பில் எழுச்சியூட்டக் கூடிய, உங்களை உந்திச் செலுத்தக் கூடிய சில பகுதிகள் முன்பே உள்ளன. எனவே ஒட்டுமொத்தமாய் அந்த குறுந்தகட்டைத் தூக்கியெறிய வேண்டியதில்லை. சிலவற்றை மாற்றியமைத்துக் கொண்டாலே போதும்.

நம்பிக்கை அமைப்பு என்பது என்ன? நாம் எதை நம்புகிறோம்?

'நான் வியத்தற்குரிய ஓர் அருமையான மனிதன்' என்று நீங்கள் நம்புகிறீர்கள். காரணம் உங்கள் நம்பிக்கை அமைவு உங்களுக்குள் அந்தக் கருத்தைத் தோற்றுவிக்கிறது. அதற்குச் சான்றுகள் உண்டா? நிலைக்கண்ணாடியில் பார்க்கிற போது நீங்கள் எண்ணிக் கொள்கிறீர்கள். 'நான் அழகானவன்' என்று. உங்களுடைய தோற்றம் உங்களுக்கு விரும்பத்தக்கதாய்த் தெரிகிறது. மற்றவர்களுடைய பாராட்டுரைகளும் உங்களை அந்த முடிவுக்கு வரச் செய்யும். ஒரு மேசையின் மேற்பலகையைத் தாங்கி நிற்கும் கால்கள் மாதிரி, அந்தச் சான்றுகள் உங்களுடைய நம்பிக்கை அமைவைத் தாங்கி நிறுத்துகிறது. மற்றவர்களுடன் உங்களை ஒப்பிட்டுப் பார்க்கிற போதும், 'நான் பிரமாதமா இருக்கேன்' என்ற எண்ணம் தோன்றுகிறது. உங்களுடைய நம்பிக்கை அமைப்பு எத்தகையதாயினும் அதைத் தாங்கி நிறுத்த அநேக சான்றுகள்.

'என்னை யாருக்கும் பிடிக்காது. நான் ஒரு பன்றியைப் போல் பார்க்க அருவருப்பாயிருக்கேன்' என்று நீங்கள் சொல்லிக் கொள்ளவும் முடியும். அத்தகைய நம்பிக்கை அமைப்பும் உங்களுக்குள் இருக்கக் கூடும். அதற்கேற்ற சான்றுகளையும் நீங்கள் கண்டறிவீர்கள்.

யாரோ ஒருவர் வேறு யாரைப் பற்றியோ கருத்து தெரிவித்துக் கொண்டிருக்கிறார். அவர்கள் உங்களைப் பற்றிப் பேசுவதாகவே நீங்கள் எண்ணிக் கொள்கிறீர்கள். வீட்டுக்கு வந்ததும் உடனடியாய் நிலைக் கண்ணாடி முன் நின்று, உங்கள் தோற்றத்தை ஆராய்கிறீர்கள், 'கடவுளே, அவர்கள் சொன்ன மாதிரிதான் நான் இருக்கேன்' என்று சொல்லிக் கொள்கிறீர்கள். மற்றவர்கள் உங்களை விடச் சிறப்பாகத் தோன்றுவதாய் படுகிறது உங்களுக்கு. உங்கள் முகத்தில் ஒரு பெரிய பரு இருக்கிறது. எல்லாருடைய பார்வையும் அந்தப் பருவின் மீது நிலைத்திருப்பதாகவே நீங்கள் எண்ணிக் கொள்கிறீர்கள். உங்களால் ஒரு நம்பிக்கை அமைப்பை உருவாக்கிக் கொண்டு, அதற்கு ஆதரவாய் சான்றுகளைக் கண்டுபிடித்துக் கொள்ளவும் முடிகிறது.

இரண்டு பேர். அவர்களுடைய நம்பிக்கை அமைப்புகள் மாறுபட்டவை. அவற்றுள் எது சரி, எது தவறு? இரண்டுமே சரியானவைதாம். ஒரு நம்பிக்கை அமைப்பை தவறானது என்று நீங்கள் கூற முடியாது. ஆனால், ஒன்று அதிகாரமளிப்பதாயும் மற்றொன்று அதிகாரத்தைக் குறைப்பதாயும் இருக்கிறது என்று கூறலாம். இரண்டு நம்பிக்கை அமைப்புகளிலும் எது அதிகாரமளிக்கிறது, எது அதிகாரத்தைக் குறைப்பது என்று உங்களுக்குத் தெரியும். இரண்டுமே தங்களுக்கு ஆதரவான சான்றுகளைக் கொண்டிருக்கும். குறிப்பிட்ட நேரத்தில் அவை நம்புவது எதுவாயினும் அதைத் தாங்கி நிறுத்தக் கூடிய ஆதாரங்களை அவை கண்டுபிடித்துக் கொள்கின்றன.

உங்களிடம் ஒரு நம்பிக்கை அமைப்பு இருந்தால் அதை உயர்த்திப் பிடிக்கக் கூடிய சான்றுகளை நீங்கள் கண்டடைந்துவிடுகிறீர்கள்.

உங்களை எதுவெல்லாம் இழுத்துப் பிடிக்கிறது என்பதை ஒரு காகிதத்தில் எழுதுங்கள். உங்களால் கட்டுப்படுத்தக் கூடியவை, கட்டுப்படுத்த முடியாதவை என்று எல்லாவற்றையுமே எழுதுங்கள்.

அறிய உதவும் சில குறிப்புகள் (Clues)

நேரம்	அறிவு
பணம்	தகுதிகள்
குறிப்பிட்ட இடம்	ஒரு பெண்ணாக இருப்பது
நிர்வாகத் தலைவர்	ஓர் ஆணாக இருப்பது
தொழிற்கூட்டாளி	தோல்வி பயம்
நம்பிக்கையின்மை	மற்றவர்களைப் பற்றிய கவலை
ஆதரவின்மை	பிணி
சோம்பல்	இனம்
கடன்கள்	மதம்

இப்படி நீங்கள் ஒரு பட்டியலே போட முடியும். அந்தப் பட்டியல் நீண்டு கொண்டே போகும். உங்களால் முடிகிற அனைத்தையும் பட்டியலிடுங்கள்.

முன்நோக்கிச் செல்வதற்கு ஒரே வழி, உங்களை எதுவெல்லாம் பின்னுக்கிழுக்கின்றன என்பதைத் தெரிந்திருப்பதுதான். உங்கள் நம்பிக்கை அமைப்பில் இருந்து மோசமானவைகளை அகற்ற, இந்தப் பட்டியல் உதவும்.

நீங்கள் முன்னோக்கிச் செல்வதற்கு ஒரே வழி உங்களைப் பின்னுக்கிழுப்பவைகளைப் பற்றித் தெரிந்து வைத்திருப்பதுதான். உங்கள் செயல்முறையின் அடுத்த நிலைக்கு நீங்கள் செல்கிற போது வித்தியாசத்தை உண்டுபண்ணுவது இந்த விழிப்புணர்வேயாகும். உங்கள் பட்டியலில் உள்ள சிலவற்றைக் கூர்ந்து கவனிக்கிற போது, 'இதென்ன பைத்தியக்காரத்தனம்? அதை எப்படி நான் நடக்க விட்டேன்' என்று நினைப்பீர்கள். இனி ஒருபோதும் அப்படி நடப்பதற்கு இடமளிக்கப் போவதில்லை என்று நீங்கள் இப்போதே முடிவு செய்து கொள்ளக் கூடும். உங்கள் நம்பிக்கை முறையைத் தற்போதே மாற்றிக் கொள்வது என்று நீங்கள் முடிவு செய்து கொள்ளக் கூடும். நீங்கள் மாறுவதென்று தீர்மானித்துவிட்டால் பின்வாங்கிச் செல்வது என்பதில்லை. பட்டியலில் உள்ள பலவற்றையும் நீங்கள் தற்போதே செய்து விட முடியும். காரணம், அவை எளிதானவை.

பட்டியலைக் கூர்ந்து கவனித்தால் சிலதுகள் மட்டும் உண்மையிலேயே பிரச்னைக்குரியதாய் இருப்பது தெரியவரும். அவை உண்மையில் பெரியவைதாம் - பெரிய பிரச்னைகள், பெரிய சவால்கள். அவற்றைக் கவனிக்கிற போது, 'ஆம், இவைதாம் உண்மையிலேயே என்னை பின்னுக்கு இழுக்கிறவை, முன்நோக்கிச் செல்லவொட்டாமல் செய்கிறவை' என்று நீங்கள் சொல்வீர்கள்.

அவற்றை அடையாளம் கண்டு கொண்டீர்கள்தானே. தற்போது, உங்களை நகரவிடாமல் செய்கிறவை எவை என்று உங்களுக்குப் புரிந்திருக்கும். அவற்றில் இருந்து ஒரேயடியாய் விடுபட்டுவிட்டால் இந்த வாழ்க்கை எப்படி இருக்கும் என்று சிந்திப்பீர்கள், இல்லையா.

உங்கள் மூளையின் மற்றொரு பகுதியோ சந்தேகம் பிடித்தது. 'என்னால் ஒருபோதும் அவற்றை மாற்ற முடியாது. வாழ்க்கை இப்படித்தான் இருக்கும். நான் எதையாவது செய்து வைக்கப்போக மற்றவர்கள் என்னைப் பைத்தியக்காரன் என்றுதான் எண்ணிக் கொள்வார்கள்' என்று சொல்லிக் கொள்ளும்.

மூளையின் அந்தப் பகுதியிடம் சொல்லுங்கள், 'கொஞ்ச நேரம் உன் வாயை மூடிக் கொண்டிரு' என்று.

ஒரு புதிய நம்பிக்கை அமைப்பை ஏற்படுத்திக் கொள்ளுங்கள்.

உங்கள் பட்டியலில் ஏதோ ஒன்று நீங்கள் தாண்டிச் செல்ல முடியாத அளவு பெரியதாயும், சுற்றிச் செல்ல முடியாதவாறு அகன்றதாயும் (wide), அதற்குக் கீழே செல்ல முடியாத அளவு மிகப் பிரும்மாண்டமாயும் இருக்கும். அதை ஒரு பாறை என்று சொல்லலாம். உங்களை இழுத்துப் பிடிக்கிறவைகளில் அதுதான் நெம்பர் ஒன். அதில் இருந்து விடுபடுவதே நீங்கள் செய்ய வேண்டிய முதல் காரியம்.

சின்னதும் பெரியதுமாய்ப் பல பிரச்சினைகள் ஏற்படுகிறபோது பெரிய பிரச்சினையில்தான் முதலில் கவனம் செலுத்தும்படி இருக்கும். சின்னதும் பெரியதுமாய் பல தடைகள் ஏற்படுகிற போது முதலில் எதை அகற்ற வேண்டும் என்பது தெரிகிறதுதானே. ஆம், அந்தப் பெரிய பாறையே முதலில் நீங்கள் கவனத்தில் கொள்ள வேண்டியது.

அந்தப் பாறையை உடைத்தெறிய முடியாத அளவுக்கு நீங்கள் மிகச் சிறு வயதினரோ, அதிகம் வயதேறியவரோ அல்ல. 'ஓ, நம்மிடம் அதற்கான தகுதிகளில்லை' என்று நீங்களாகவே கருதிக் கொள்வானேன்? நீங்கள் செய்கிற காரியத்தில் உங்களுக்குப் போதிய நம்பிக்கை இல்லை என்று நீங்களாகவே எண்ணிக் கொள்வானேன்? நம்மிடம் போதிய நிதி வசதியோ, வாய்ப்பு வளங்களோ இல்லை என்று எதற்காக எண்ணிக் கொள்வது?

இப்படியொரு மனத்தடையை நீங்கள் ஏன் வைத்துக் கொண்டிருக்கிறீர்கள் என்பது மற்றவர்களுக்குப் புரியாது. நீங்கள் அதற்கானச் சான்றுகளை உருவாக்கிக் கொண்டு அதை உண்மையாக்கிவிடுகிறீர்கள்.

கற்பனையைப் பயன்படுத்துங்கள்

வார்த்தைகளை மந்திரம் போல் உச்சரிப்பதால் ஒரு பிரச்சினை அல்லது தடை விலகிவிடாது. பிரச்சினையை ஆய்ந்து பார்ப்பதில் முற்றிலும் மாறுபட்ட முறையைப் பயன்படுத்துங்கள். இந்தக் குறிப்பிட்ட சவால் பற்றிய செயல்முறையை நீங்கள் மாற்றிக் கொள்ள போகிறீர்கள், அவ்வளவுதான்.

நம்பிக்கையின்மை

'எனக்கு அவ்வளவா துணிச்சல் கிடையாது. ரொம்பவும் நம்பிக்கை உள்ளவன்னும் சொல்ல முடியாது. நான் கூச்சப்படற ஆள்' என்று சிலர் சொல்லக் கேட்டிருப்பீர்கள். ஏன், நீங்களே அப்படிச் சொல்லக் கூடும். 'நம்பிக்கைக் குறைவு', 'கூச்சம் அதிகம்' - இப்படிச் சொல்கிறவர் எத்தகைய பலன்களை அடைவார்? ஒரு புதிய வலியுறுத்தல், ஒரு புதிய நம்பிக்கை அமைப்பு தேவைப்படும். 'என்னிடம் போதிய நம்பிக்கை இருக்கு' என்று சொல்வதற்கு. அப்போது நீங்கள் நம்பிக்கையோடு இருப்பதைப் புரிந்து கொள்ளவும், உணரவும் தொடங்குவீர்கள். நீங்கள் வெளிச் செல்பவராகவும், எதிர்ப்படுகிறவர்களிடம் புன்னகை செய்வதாகவும், மக்களுடன் கலந்துப் பழகுவதாகவும் மனதில் காட்சியாக்கிப் பாருங்கள்.

ஆக, 'ஓ, நான் நம்பிக்கையற்றவன்' என்று சொல்வதை விட, 'தற்போது எனக்குத் தேவைப்படுகிற நம்பிக்கை என்னிடம் இருக்கிறது' என்று சொல்லிக் கொள்ளுங்கள்.

போதிய நேரமின்மை

'எனக்கு நேரமே இல்லை. நேரம் போதவே மாட்டேங்குது. நான் ஏகப்பட்ட வேலையை வச்சிட்டு அல்லாடறேன். உங்களுக்கு அதெல்லாம் எப்படி தெரியப் போகுது' என்று சொல்வீர்கள்.

எல்லார் கையிலும் ஐந்து விரல்கள்தாம். அரிதாக ஒருவருக்கு ஆறு விரல்கள் இருக்கலாம். ஆனால் நேரத்தைப் பொறுத்தவரை அப்படி இல்லை. அனைவரின் கைகளிலும் இருபத்திநான்கு மணி நேரந்தான். அதில் எந்த மாறுபாடும் கிடையாது.

'என்னிடம் நேரம் இல்லை' என்று சொல்வதற்குப் பதிலாக, 'தற்போது என்னுடைய முக்கியமான வேலைகளை முடிக்க எப்படியாவது நேரம் கண்டுபிடித்துவிடுவேன்' என்று சொல்லிப் பாருங்களேன். வார்த்தைகளை நீங்கள் மாற்றிப்போடும் போது விளைவுகளும் மாறுகின்றன, விரும்பத்தக்க விதமாய்.

வயதில் என்ன இருக்கு?

அறிவு நுட்பமும் அனுபவமும் எந்த அளவு முக்கியமோ, அதே அளவு வேட்கையும் முக்கியம். சாதிப்பது வயது அல்ல. இளையவர் மூத்தவர் என்பதெல்லாம் இதில் கிடையாது. வயது குறித்து கவலைப்பட வேண்டியதில்லை.

பணமா இல்லை, இருக்கே

'என்னிடம் போதிய பணம் கிடையாது' என்று சொல்வது கூட பாறை போன்றதுதான். 'என்னிடம் பணம் இல்லை', 'என் தேவையை நிறைவு செய்யும் வசதிகள் இல்லை' என்று சொல்வதை விட, 'எனக்குத் தேவையானவைகள் என்னிடமே இருக்கின்றன' என்று சொல்லிப் பாருங்கள். இந்த பூமி ஏராள வளங்கள் கொண்டது. அது உங்களைத் தேடி வருகிறது. பணத்தையும், வாய்ப்புகளையும், தேவைப்படுகிற எதையும் அகக்காட்சியில் பாருங்கள். அவை உங்களிடம் வந்து சேருவதாய்க் கற்பனை செய்து கொள்ளுங்கள். 'தற்போது எனக்குத் தேவைப்படுகிற எதுவும் என்னுள் இருக்கிறது' என்று சொல்லிக் கொள்ளுங்கள். 'என்னிடம் போதிய பணம் இல்லை' என்பதற்கு நேர் எதிரிடையான வார்த்தைகள், கருத்துகள்.

நான் ஒரு சோம்பேறி

'நான் எந்த வேலையையும் உடனுக்குடன் செய்யறதில்லை. தள்ளிப் போட்ருவேன். நான் ஒரு சோம்பேறி சார்' என்று சிலர் சொல்லக் கேட்டிருப்பீர்கள். ஏன் இதற்குப் பதிலாக இப்படிச் சொல்லலாமே. 'நான் அதைச் செய்தே ஆகணும். அதற்கான ஆர்வமும், சக்தியும், உந்தலும் என்கிட்டே இருக்கு' என்று.

உங்கள் வார்த்தைத் தேர்வை (choice) மாற்றுவதன் மூலம் நீங்கள் சிந்திக்கும் முறையையும் மறு சீரமைப்பு செய்து கொள்கிறீர்கள். அவ்விதமாய் மாறுபட்ட பலன்களை உடனடியாய் அடைகிறீர்கள்.

வார்த்தைகளும் சிந்தனைகளும் முக்கியம்தான். அவற்றை விட செயல்களே அதிமுக்கியத்துவம் வாய்ந்தவை. சொல்வதை மனதுக்குள்ளாக சொல்லிக் கொள்ளாதீர்கள், வாய்விட்டு உரக்கச் சொல்லுங்கள். பண்பைக் குறிக்கும் சரியான சொற்களை (adjectives)ப்

பயன்படுத்துங்கள். குரலின் உணர்ச்சி நயத்தை (tonality)க் கவனியுங்கள். அது உங்களில் ஒரு பகுதியாகிற அளவுக்கு திரும்ப திரும்ப உரக்கச் சொல்லுங்கள்.

உங்களுடைய மிகப் பெரிய தடை (பாறை) அகற்றப்பட்டதுமே உங்களைக் கட்டுப்படுத்திக் கொண்டிருந்த நம்பிக்கை அமைப்புகளில் இருந்தும் நீங்கள் விடுபட முடியும். உங்களைக் கட்டுப்படுத்தும் நம்பிக்கை அமைவுகளை ஒவ்வொன்றாக வெகு எளிதாய் நீக்கிவிட முடியும்.

உள்ளுணர்வைப் பயன்படுத்துதல்

உங்கள் உள்ளுணர்வு வியக்கத்தக்க ஒன்று. உங்களால் நம்ப முடியாதுதான். ஆனால் ஒரு நம்பத்தக்க ஆலோசகர் உங்களுக்குள் இருக்கிறார்.

'எத்தனை பிரச்சினைகள்
எத்தனை சவால்கள்
அத்தனைக்கும் தீர்வை வழங்கும்
உங்கள் உள்ளுணர்வு!'

உங்கள் உதவி எனக்குத் தேவைப்படுகிறது

நெப்போலியன் ஹில் உலகப் புகழ் பெற்ற சுய முன்னேற்ற எழுத்தாளர். அவருடைய எழுத்துகளில் இருந்து இலட்சோபலட்சம் இளைஞர்கள் அகத்தூண்டுதலைப் பெற்றிருக்கிறார்கள். அவர் இருபது ஆண்டுகளில் ஐநூறுக்கும் மேற்பட்ட பிரபலங்களுடன் நேர்காணல் நிகழ்த்தியிருக்கிறார். பல்வேறு நாடுகளின் அதிபர்களை, தொழில்துறை தலைவர்களை, இனத்தலைவர்களை அவர் சந்தித்தார். அவர்களுக்கிடையே உள்ள சில பொது அம்சங்களை அவர் கண்டறிந்தார்.

வெற்றியாளர்கள் பலரும் தங்களோடு ஒரு *'மாஸ்டர் மைண்ட் க்ரூப்'பை வைத்துக் கொண்டிருந்தனர். அந்த குழுவினரின் ஆலோசனையை அவர்கள் பெற்றனர்.

---

*மாஸ்டர் மைண்ட் (master mind) க்ரூப் - திட்டமிட்டு, திறமையாகச் செயல்படுத்தும் அறிவுக் கூர்மையுள்ள குழு.

மாயம் செய்யும் சில வார்த்தைகள் போதும் - ஒரு குழுவை உங்களுக்காக வேலை செய்ய வைப்பதற்கு. அந்த வார்த்தைகள் - 'உங்கள் உதவி எனக்குத் தேவைப்படுகிறது' என்பதுதான். இந்த வார்த்தைகளை நீங்கள் பயன்படுத்துகிற போது பெரும்பானவர்கள் எதிர்ச்செயல் இப்படித்தான் இருக்கும்.

'சொல்லுங்கள், நான் உங்களுக்கு என்ன செய்யணும்?'

அறிவுரை வழங்குகிறவர்களைக் கண்டடையுங்கள்

நீங்கள் திறமை மிக்கவராவதற்கான வழிகளில் ஒன்று நம்பிக்கையான அறிவுரையாளரை (mentor)ப் பெற்றிருப்பதுதான். ஒன்றுக்கும் மேற்பட்டவர்களின் அறிவுரையைப் பெறுவது நல்லது. அவர்கள் அறிவுரை வழங்குவதோடு உங்களை ஊக்குவிக்கவும், உங்களுக்குப் பயிற்சியளிக்கவும் செய்வார்கள். உங்களுடைய சிநேக வட்டத்தில் உள்ளவர்களின் அறிவுரை உதவாது. உங்கள் துறையில் சிறந்தவர்களின் அறிவுரையைப் பெற வேண்டும். விரும்பத்தக்க பலன்களைப் பெறுவதற்கு இதுவே உகந்த வழி.

அறிவுரையாளர்களை முறையான காலவரையறைகளில் சந்திக்க வேண்டும். உங்கள் வளர்ச்சி நிலைகள் பற்றி அவ்வப்போது அவர்களுக்குத் தெரிவியுங்கள். நீங்கள் தொடர்ந்து அவர்களுடன் தொடர்பில் இருந்தால்தான் அவர்கள் சுறுசுறுப்புடன் ஆவன செய்வார்கள். அவர்களை உதாசீனப்படுத்திவிடாதீர்கள்.

மிகப் பெரிய அளவில் விரைவாக செயல்படக் கூடியவர்களை, அவர்கள் உங்களுக்கு அறிமுகப்படுத்துவார்கள். உங்கள் அறிவுரையாளர்களிடம் மரியாதையுடன் நடந்து கொள்ளுங்கள். ஒரு அறிவுரையாளரை முதல் முறையாய் சந்திக்கிற பொழுது, புதுமையான அதே சமயம் நெருக்கத்தை உணர்த்தக் கூடிய வெகுமதியை அவருக்கு அளிக்கலாம்.

மிகப் பெரிய தேசம்

உலகின் மிகப் பெரிய தேசம் சீனாவோ, அமெரிக்காவோ அல்ல. அது - உங்களுடைய கற்பனை தேசம். ஆம், எல்லைகள் ஏதுமற்ற மிகப் பெரிய தேசம் கற்பனைதான்.

உங்கள் கற்பனையைப் பயன்படுத்தி உலகின் புகழ்ப் பெற்ற தலைவர்களிடம் இருந்தெல்லாம் நீங்கள் அறிவுரை பெற முடியும்.

மிகச் சிறந்த அரசியல் தலைவரான வின்ஸ்டன் சர்ச்சில், தொழில் துறையில் 'நெம்பர் ஒன்'னாகத் திகழும் ரிச்சர்டு ப்ரான்ஸன் போன்றவர்களை நீங்கள் சந்திக்கலாம்.

எப்படி ?

உங்கள் கற்பனையால் அது சாத்தியப்படும்.

சகல வசதிகளுடனும் கூடிய ஒரு பெரியக் கூடத்தில் நீங்கள் அமர்ந்திருக்கிறீர்கள். ஒரு மேசை. மேசையைச் சுற்றி பல இருக்கைகள். அவை, உங்களுக்கு அறிவுரை கூற வரும் தலைவர்களுக்காகப் போடப்பட்டவை. உங்களுக்கு அறிவுரை வழங்கவிருக்கும் அந்த நபர்களை நீங்கள் முன்பே சந்தித்திருக்க வேண்டும் என்பதில்லை. அவர்கள் வரலாற்றில் இடம் பெற்றவர்களாக இருக்கலாம். உங்களைப் பிரமிக்க வைத்தவர்களாக இருக்கலாம். அவர்களைப் பற்றி நீங்கள் படித்திருக்கக் கூடும்.

உங்களுக்கு மிகச் சிறந்த அறிவுரை வழங்கக் கூடியவர்கள் ஒவ்வொருவராக வந்து இருக்கைகளில் அமர்வதைக் கற்பனை செய்து கொள்ளுங்கள். அவர்களுடன் மனம் சார்ந்த முறையில் உரையாடி, அவர்களுடைய அறிவுரையைக் கோருங்கள். அவர்கள் எந்த முறையில் சொல்வார்கள் என்பதை சிந்தித்துக் கொள்ளுங்கள். அந்தச் செயல்முறையில் முக்கியப் பங்கேற்பது உங்களுடைய உள்ளுணர்வுதான். உங்கள் உள்ளுணர்வே அவர்களுடைய வார்த்தைகளை, கருத்துகளை வடிவமைக்கிறது.

உண்மையில் நீங்கள் முன்பே அறிந்திருப்பவைகளைத்தான், உங்கள் உள்ளுணர்வின் மூலம் வெளிப்படுத்துகின்றீர்கள்.

ஒரு சுவாரஸ்யமான தகவல் - உங்கள் உள்ளுணர்வு எப்போதுமே சரியாகத்தான் இருக்கும். நீங்கள் அதைத் தவறு என்று கருதினாலும் அது சரியாகவே இருக்கும்.

உள்ளுணர்வை வளர்த்துக் கொள்ள, மனக் கண்ணில் பார்ப்பது (visualisation) ஓர் அதிசயமான முறையாகும். வெவ்வேறு மட்டங்களில் உள்ள வெவ்வேறு பிரச்சினைகளுக்கும் (சவால்கள்) தீர்வு காண்பதில் உள்ளுணர்வு வெகுவாய்ப் பயன்படும்.

உள்ளுணர்வைப் பயன்படுத்தி உலகின் 'நெம்பர் ஒன்' மனிதர்களின் அறிவுரைகளைப் பெறுங்கள். விளையாட்டு, தொழில் இப்படி வாழ்வின் பல்வேறு தளங்களிலும் உள்ளுணர்வை நீங்கள் பயன்படுத்த முடியும்.

உள்ளுணர்வில் இருந்து கற்றிடுங்கள். அதை வளர்த்துக் கொள்வதோடு நீங்களும் வளருங்கள். எல்லாவற்றுக்கும் மேலாக அதில் நம்பிக்கை வையுங்கள்.

எல்லாமே ஒரு குறிக்கோளில் இருந்து

♦

ஒரு குறிக்கோளை நீங்கள் அமைத்துக் கொள்கிற போது, கேட்டுக் கொள்ள வேண்டிய முதல் கேள்வி 'இதில் எனக்குச் சாதகமா என்ன இருக்கு?' என்பதுதான். குறிக்கோள் என்றால் நன்மை செய்யக் கூடியதாய் இருக்க வேண்டும் - முதலில் உங்களுக்கு, அடுத்து உங்களைச் சுற்றியுள்ளவர்களுக்கு. கொஞ்சம் சுயநலமாகத்தான் தெரியும். அதனால் என்ன. சொல்லுங்கள் சுயநலம் கலவாத ஒரு காரியத்தை.

என்னுடைய நிதிநிலைமை நல்லாருக்கு

குறிக்கோள் நேர்மறையானதாயிருக்க வேண்டும். மிஸ்டர். எக்ஸ் கூறுவார், 'இனியும் நான் கடன்காரன் அல்ல' என்று. மிஸ்டர். கே கூறுவார், 'என்னுடைய நிதிநிலைமை நன்றாக இருக்கிறது' என்று. நீங்கள் குறிக்கோளை அமைத்துக் கொள்கிற போது அது மிஸ்டர். கே கூறின மாதிரி நேர்மறையாக இருக்கும்படி பார்த்துக் கொள்ளுங்கள். (முந்தையது எதிர்மறையானது. அதில் முக்கியமானது 'கடன்' என்கிற சொல்). குறிக்கோளை அமைப்பதில் எதிர்மறையான சொற்களைப் பயன்படுத்தாதீர்கள். அது நேர்மறையாக இருக்க வேண்டும் என்பதில் கவனம் செலுத்துங்கள்.

நான் சிறந்தவன்

உலகப் புகழ் பெற்ற குத்துச் சண்டை வீரர் முகம்மது அலி, குறிக்கோளை அமைத்துக் கொள்வதில் மிகச் சிறந்தவராக விளங்கினார்.

முகம்மது அலி கூறுவார், 'நான் மிகச் சிறந்தவன்' என்று. மேன்மையும், புகழும் அடைவதற்கு முன்பே அவர் சொன்ன வார்த்தை இது. சிறப்புகளைப் பெறும் காலம் வருவதற்கு முன்பாகவே 'நான் சிறந்தவன்' என்று ஒருவர் சொல்கிறார் - அது ஒன்றும் பொய்யோ, மிகைப்பாடோ அல்ல. அவருடைய தன்னம்பிக்கையை முழுமையாய்ப் பிரதிபலிக்கிற சொற்கள் அவை.

முகம்மது அலி புகழ் பெறுவதற்கு முன்பே சொன்னார், 'நான் சிறந்தவன்' என்று. தன்னுடைய வலிமையின் மீது அவர் கொண்டிருந்த நம்பிக்கை அத்தகையது.

உலக அளவில் புகழ் பெற்ற நிலையிலும் அவர் சொன்னார், 'நான் சிறந்தவன்' என்று.

குத்துச் சண்டை அரங்கில் இருந்து ஓய்வு பெற்ற பின்பும் சொல்கிறார் 'நான் சிறந்தவன்' என்று.

மிகச் சரியான உறுதியுரை (affirmation)!

அலி சண்டையிடுவதற்கு முன் நிகழும் பத்திரிக்கையாளர் கூட்டத்தில் தன்னுடைய எதிராளியை நோக்கிச் சவால் விடுவார், 'மூன்றாவது ரவுண்ட் தொடங்கிய இரண்டாவது நிமிடத்தில் நீ வீழ்த்தப்படுவாய்' என்று. அதைக் கேட்கிற எதிராளி, 'ஆகா, ரொம்ப சரி' என்று தலையசைக்கக் கூடும். ஆனாலும் உள்ளுக்குள் தான் இக்கட்டில் மாட்டிக் கொண்டதாகவே அவர் உணர்வார். அப்படியொரு நம்பிக்கை. அப்படியொரு நிச்சயத்தன்மை இருக்கும் முகம்மது அலியின் வார்த்தைகளில்.

பத்திரிக்கையாளர் சந்திப்பு முடிந்த பிறகு, அலி செய்கிற காரியம் ரொம்பவும் சுவாரஸ்யமாக இருக்கும். அவர் தம்முடைய ஓட்டல் அறைக்கு திரும்பிச் செல்வார் (அல்லது வீட்டுக்கு). கீழே படுத்து தலை முதல் கால் வரை தணிவு நிலை அடையச் செய்வார். அந்நிலையில் தமது கற்பனையை அவர் பயன்படுத்தத் தொடங்குவார். தம்முடைய கற்பனையில் அந்தப் பத்திரிக்கையாளர் கூட்டத்தை அவர், மீண்டும் நடத்துவார். தாம் அவர்கள் மத்தியில் விடுத்த அறைக்கூவலை மறுபடியும் விடுப்பார். அத்தோடு நின்றுவிட மாட்டார். அந்த சண்டைக்காகத் தாம் வாரக்கணக்கில் பயிற்சி செய்து தம்மை வலுவேற்றிக் கொண்டதை மனதுக்குள் காட்சியாக்கிப் பார்ப்பார்.

எதிராளி காலை 5 மணிக்கே எழுந்து பயிற்சி தொடங்குகிறார் என்றால் இவர் 4 மணிக்கே பயிற்சி செய்யத் தொடங்குவதாகவும், குத்துச் சண்டை நிகழும் காலத்தில் தாம் ரொம்பப் பெரிய உருவுடன், வலிமை மிக்கவராகிவிடுவதாகவும் அவர் அகக் காட்சிகளை அமைத்துக் கொள்வார்.

பிறகு, சண்டையிடும் நாளைப் பற்றி கற்பனை செய்வார். அரங்கத்துக்கு வெளியே அவர் காரை விட்டு இறங்குகிறார். மக்கள் ஒரே ஒரு பெயரை மட்டும் உச்சரித்துக் கொண்டிருக்கிறார்கள்.

அதனை அவர் திரும்ப திரும்பக் கேட்டுக் கொண்டிருக்கிறார். அவர்கள் உச்சரித்துக் கொண்டிருந்த அந்தப் பெயர் 'அலி... அலி... அலி'. அந்தக் கற்பனையை அவர் தீவிரமாக்கிக் கொண்டுவிடுவார். அப்போது ஏற்படும் உணர்வை அதிகரித்துக் கொள்வார். ஒவ்வொரு வார்த்தையையும், ஒவ்வோர் உணர்வையும் தமக்கு நெருக்கமாய் அவர் கொண்டு வருவார்.

பிறகு ட்ரஸ்ஸிங் ரூமிற்குச் சென்று பாதுகாப்புக்காகப் போட்டுக் கொள்ளும் கட்டுகளை, அணியும் கையுறைகளைக் காண்பார். அவற்றை அணிந்துக் கொண்டு தாம் வலுவுடன் காலூன்றி நிற்கிற காட்சியைக் காண்பார். அடுத்து அவருடைய பெயரை அவர்கள் அறிவிக்கிறார்கள். மக்கள் கூட்டம் பைத்தியம் பிடித்தாற்போல் கிறீச்சிட்டு கத்துகிறார்கள், உரக்கக் கூச்சலிடுகிறார்கள். எல்லாரும் அவர் பக்கம் நின்று, அவருடைய பெயரையே கூவிக் கொண்டிருக்கிறார்கள்.

அதன் பிறகு சண்டையிடும் மேடையைச் சென்றடைகிறார் அவர். கூட்டத்தினூடே தாம் செல்கிற போது தம்முடைய பெயரைக் கூவும் ஒவ்வொரு முகத்தையும் அவர் பார்க்கிறார். அவர்களுடைய கூச்சலின் ஒலியளவை அவர் அதிகரித்துக் கொள்கிறார். 'அலி... அலி... அலி...' என்று அவர்கள் உணர்ச்சிப் பெருக்குடன் கத்துவதை அவர் திரும்ப திரும்பக் கேட்கிறார். பிறகு தன்னுடைய எதிராளி பக்கம் திரும்புகிறார், அந்த ஆளின் உருவம் மிகச் சிறிய அளவுக்கு சுருங்கிவிடுவதாய் காண்கிறார்.

ஒவ்வொரு ரவுண்டிலும் (round) தாம் பெற விரும்புகிற விளைவுகளை மனதுக்குள் ஒத்திகை நடத்திப் பார்க்கிறார். தாம் திட்டமிட்டபடி மிகச் சரியாக முதல் சுற்று அமைவதை அவர் பார்க்கிறார். ஒரு வண்ணத்துப்பூச்சி போல் பறந்து, ஒரு தேனீயைப் போல் சரமாரியாக கொட்டித் தீர்க்கிறார். அருமையாக விளாசுகிறார். அடுத்து,

இரண்டாவது சுற்றில் இன்னும் வலிமையை வெளிப்படுத்துவதை அகக் காட்சியில் காண்கிறார். ஒவ்வொரு கணத்திலும் தீவிரப்படுவதைக் காட்சியாக்குகிறார். அதன் பிறகு மூன்றாவது சுற்று. முக்கியமானது, மூன்றாவது சுற்றின் இரண்டாவது நிமிடம். அந்தக் கணத்தில் எதிராளியை வீழ்த்தும் வல்லமை பொருந்திய குத்து! அரங்கத்தை அதிர வைக்கிறார் அலி.

அவருடைய எதிரி கீழே விழுந்துக் கிடக்க, தாம் அவர் மீது நிற்பதாக அலி கற்பனை செய்கிறார். ஒன்று... இரண்டு... மூன்று... என ஒன்பது வரை எண்ணி நடுவர் 'அவுட்' கொடுப்பதைத் தமது காதால் கேட்கிறார். தாம் வெற்றிப் பெறும் காட்சியை அப்படியே ஃப்ரீஸ் (freeze) பண்ணுகிறார். மிக நேர்த்தியான ஒளி வெள்ளத்தில் அந்தக் காட்சியை அவர் காண்கிறார். அந்தக் கற்பனையை 'எதிர்கால வரலாறு' என்று அவர் அழைக்கிறார்.

முக்கியத்துவம் நிறைந்த அந்த நிகழ்வையன்றி வேறு எதையும் அவர் கருத்தில் கொள்வதில்லை. நடக்கவிருக்கும் போட்டி பற்றி யார் பேச்செடுத்தாலும், தம் எதிர்கால வரலாற்றையே அவர் கற்பனையில் காண்பார். ஒவ்வொரு நாள் காலையிலும் படுக்கையைவிட்டு எழுகிற போது தம் 'வருங்கால வரலாறு' நிகழ்வையே அவர் மனத்திரையில் காட்சியாக்கிப் பார்ப்பார். ஒவ்வொரு நாளும் படுக்கப் போகிற போது அந்த முக்கியத்துவம் நிறைந்த நிகழ்வைக் கற்பனையில் காணாமல் அவர் உறங்குவதில்லை. வரலாற்றாசிரியர்கள் முன்பே அந்த நிகழ்வை ஆவணப்படுத்திவிட்டதாய் அவர் நிச்சயித்துக் கொள்வார்.

அந்த நிச்சயத் தன்மையோடு உண்மையில் அவர் சண்டையிடுகிற நாளை எதிர்கொள்கிறார். சரியாக மூன்றாவது சுற்று தொடங்கிய இரண்டாவது நிமிடத்திலேயே அவருடைய எதிரி வீழ்த்தப்பட்டு விடுகிறார். அலி முன்கூட்டியே அறிவித்தபடி (predict) தான் ஆகிறது.

குறிக்கோள்களை அப்படித்தான் அமைத்துக் கொள்ள வேண்டும்.

ஒரு நம்பிக்கையை, வெற்றிக்கான வேட்கையை உருவாக்கிக் கொண்ட அலி தம்முடைய தேக தத்துவத்தில் அதைக் கொண்டு வருகிறார். அவ்விதமாய் போட்டியின் ஒவ்வொரு கணத்தையும் அவர் வாழ்ந்து பார்க்கிறார். ஒவ்வொரு கணத்திலும் அதை உண்கிறார், ஒவ்வொரு கணத்திலும் அதுவே அவருடைய சுவாசமாகிவிடுகிறது. ஒவ்வொரு கணத்திலும் அதனை அவர் உணர்கிறார்.

அந்த அளவு நிச்சயத்தன்மையும், வேட்கையும் உங்களிடம் இருந்தால் எதையும் உங்களால் அடைய முடியும்.

அப்படியொரு தீவிரத்தை ஏற்படுத்திக் கொள்வதற்கு, கட்டாயம் ஒரு குறிக்கோள் உங்களுக்குத் தேவைப்படும்.

நீங்கள் உண்மையிலேயே எதை விரும்புகிறீர்கள் ?
எதை அடைய விரும்புகிறீர்கள் ?
எதைச் செய்து முடிக்க விரும்புகிறீர்கள் ?

பட்டியலிடுங்கள்.

அடுத்த ஐந்து ஆண்டுகளில் நீங்கள் அடைய விரும்புவது என்ன ? அடுத்த பத்து ஆண்டுகளில் எதை அடைய விரும்புவீர்கள் ? ஓர் ஆண்டுக்கான குறிக்கோளை முதலில் அமைத்துக் கொள்ளுங்கள். தொண்ணூறு நாட்களுக்கு ஒரு பகுதியாய் அந்தக் குறிக்கோளை நான்கு பகுதிகளாய் பிரித்துக் கொண்டு அடையப் பாருங்கள். குறுகிய காலக் குறிக்கோள்களை அடைந்ததும் நீண்டகாலக் குறிக்கோள்களில் கவனம் செலுத்துங்கள்.

மைக்கேல் ஆஞ்செலோவின் மேற்கோள் வாசகம் ஒன்றை இங்கே குறிப்பிட வேண்டும். 'உயர்ந்த குறிக்கோளைத் தவறவிடுவதை விட, தாழ்வான ஒன்றைக் குறிக்கோளாக்கி அதை அடையவும் செய்கிறோமே, அதுதான் பெரிய ஆபத்து' என்பார் அவர்.

மனக் கண்ணில் பார்த்தல்

♦

குறுகிய காலத்தில் தம்மால் செய்ய முடிவதை அதிகமாய் மதிப்பிடுபவர்கள் உண்டு. நீண்டகால வரையறையில் தம்மால் செய்யக் கூடியதை குறைத்து மதிப்பிடுபவர்களும் உண்டு. திட்டமிடுவதில் சரியான நிலையைப் பராமரிக்க வேண்டும்.

ஒரு குறிக்கோள் நீங்கள் விரும்பிய அளவு பயனளிக்காமல் இருக்கலாம். அல்லது அதைச் செய்து முடிப்பதற்குக் கூடுதல் அவகாசம் தேவைப்படலாம். ஆனால் அது பற்றிக் கவலைப்பட வேண்டியதில்லை.

நீங்கள் குறிக்கோளை நோக்கிப் பயணிக்கிறீர்கள். அந்தக் குறிக்கோளை அடைவதற்கு பொறுப்பேற்றிருக்கிறீர்கள். அதுவே பெரிய விசயம். ரொம்பப் பேர் தங்கள் குறிக்கோளின் பாதையில் இன்னும் காலெடுத்து வைக்கவேயில்லை.

உங்கள் அகக் காட்சியில் எதிர்மறையான சங்கதிகளுக்கு இடமளிக்கக் கூடாது. 'ஓ, இது நடக்குமோ நடக்காதோ என்கிற மாதிரி சந்தேகங்கள் வரக் கூடாது. அது உண்மையாகப் போகிற ஆர்வத்துடனும் வேட்கையுடனும் அகக் காட்சியை அமைத்துக் கொள்ள வேண்டும்.'

உங்கள் குறிக்கோளை காகிதத்தில் எழுதி வைத்திருந்தீர்கள் அல்லவா. அதனை நாள்தோறும் காலையில் கண்விழித்ததும் படியுங்கள். அவ்வாறே இரவு படுக்கைக்குச் செல்லுமுன் படித்து வாருங்கள்.

உங்கள் குறிக்கோளின் காட்சி சார்ந்த சிறிய கருத்துருக்களை (visual versions) உங்களுடைய பெட்டி, கைப்பை, பணப்பை இவற்றில் வைத்துக் கொள்ளுங்கள். உங்கள் நிலைக்கண்ணாடி, பீரோ, ஃப்ரிஜ் இவற்றிலும் ஒட்டி வைத்துக் கொள்ளலாம். அடிக்கடி உங்கள் பார்வை படுகிற இடமாக அது இருக்க வேண்டும். தினமும் பல முறை அதைப்

பாருங்கள், படியுங்கள். அந்தக் குறிக்கோளை உண்மையில் அடைந்துவிட்டதாகவே நம்புங்கள். நீங்கள் அதைச் செய்து முடித்ததாகவே அகக் காட்சியை அமைத்துக் கொள்ளுங்கள். பிறகு அதை அடைவதற்கான செயல்முறையைத் தொடங்குங்கள்.

கற்பனையைப் பயன்படுத்துங்கள்

உங்கள் எதிர்காலம் எப்படி இருக்க வேண்டும் என்று நீங்கள் விரும்புகிறீர்களோ அதை இன்றே நீங்கள் மனத்திரையில் காட்சியாக்கிப் பார்க்க முடியும்.

'டிஸ்னி லாண்ட்'டிற்குச் சென்று வருவது, ஒரு வேலைக் குழுவை வழிநடத்துவது, சரியான உடலமைப்பைப் பெறுவது இப்படி எதுவும் உங்கள் குறிக்கோளாக இருக்கலாம். உங்கள் குறிக்கோள் எதுவாயினும் அதை அடைவதற்கு முன் அதுபற்றிய ஓர் அகக் காட்சியை (visual) அமைத்துக் கொள்ளுங்கள். சில நிமிடங்கள் அல்லது சில மணிகள் தேவைப்படலாம் அத்தகையக் கற்பனைக்கு.

ஒவ்வொரு காட்சியையும் நீங்கள் படமாக வரைந்து கொள்ளலாம். ஒவ்வொரு படத்துடனும் ஓர் உறுதியுரை (affirmation)யை எழுதிக் கொள்ளுங்கள். டிஸ்னிலாண்டிற்கு சென்று வந்த அனுபவத்தை உங்கள் கற்பனையைக் கொண்டே நீங்கள் வடித்துவிடலாம்.

'நீங்கள் டிஸ்னிலாண்ட் செல்ல விரும்பினால்
ஒரு நாள் அதைச் சென்றடைவீர்கள்'

எதிர்காலத்தில் காணப் போகிற டிஸ்னிலாண்டை இப்போதே கண்டுவிட்டதாய் உணருங்கள். ஒரு வேலைக் குழுவிற்குத் தலைமை தாங்க விரும்பினால், 'நான் இப்போதே ஓர் அருமையான குழுவிற்குத் தலைவன்' என்று எழுத்தில் வடியுங்கள்.

நீங்கள் முழுமையான ஆரோக்கியத்தைப் பெற விரும்பினால், 'என்னுடைய ஆரோக்கியம் உச்ச அளவில் இருக்கிறது' என்று எழுதுங்கள். உங்களுடைய ஒவ்வொரு குறிக்கோளையும் நீங்கள் இவ்வாறு வடிவமைத்துக் கொண்டுவிடலாம்.

அடுத்து, குறிக்கோளை எப்போது அடைவது என்பதை விளக்கிக் கூறுங்கள். ஆண்டு, மாதம், தேதி வரை குறிப்பிடுங்கள். (ஒரு வாரம், இரண்டு மாதம், ஒரு வருடம் என்கிற மாதிரி மேலோட்டமாய் எழுதி வைக்காதீர்கள்).

'காலக்கெடு இல்லாத குறிக்கோள்
வெறும் கனவாகவே நின்றுவிடும்.'

'நான் ஐந்து குறிக்கோள்களை அடைய வேண்டியது, ஆனால் மூன்றைத்தான் அடைய முடிந்தது. இரண்டில் தோற்றுவிட்டேன்' என்று கவலையோடு சொல்லாதீர்கள். இன்னும் முதல் அடியையே எடுத்து வைக்காதவர்களுடன் ஒப்பிடுகிற போது நீங்கள் மூன்று மடங்கு வெற்றிகரமானவர் என்பதில் மகிழ்ச்சி கொள்ளுங்கள்.

ஓர் அகக் காட்சிக்காக நீங்கள் செலவிடுகிற சில நிமிடங்கள், மிகப் பெரிய பயன்களை உங்களுக்குப் பெற்றுத் தரும்.

செயல்படுங்கள் அறிவுத்திறனுடன்

ஒருநீண்ட கால குறிக்கோள் என்பது 3 ஆண்டுகளிலோ 5 அல்லது 10 ஆண்டுகளிலோ அடையப்படுவதாயிருக்கும். அதைச் சில பகுதிகளாக பிரித்துக் கொண்டு அதற்கான நேரத்தையும் ஒதுக்கீடு செய்வீர்கள். பிறகு - செயலில் இறங்குவீர்கள்.

அடுத்த மூன்று ஆண்டுகளுக்குத் திட்டமிடுகிற மாதிரியே அடுத்த முப்பது நாட்களுக்கும், அடுத்த ஏழு நாட்களுக்கும் - ஏன் - அடுத்த இருபத்தி நான்கு மணி நேரத்துக்கும் கூட நீங்கள் திட்டமிட்டுக் கொள்ள முடியும். எதையும் தள்ளிப் போடாதீர்கள். இன்றே தொடங்கக் கூடிய ஒன்றை எதற்காக இன்னொரு நாள் பார்த்துக் கொள்ளலாம் என்று தள்ளிப் போடுவது?

'முடிவெடுங்கள்,
திட்டமிடுங்கள்,
செயல்படுங்கள்.'

பெரிய அளவிலான நடவடிக்கை பெரிய அளவில் பலன் தரும்.

இங்கே ஜப்பானிய பழமொழி ஒன்றைக் குறிப்பிட வேண்டும்.

'செயல்படாத கற்பனை பகற்கனவு,
கற்பனை செய்யப்படாத செயல் ஒரு கெட்ட கனவு'

செயல் வேகம் உடையவராயிருங்கள்

விண்வெளிக்குச் செலுத்தப்படுகிற ஒரு ராக்கட் தன்னுடைய சக்தியில் 95 சதவீதத்தை முதல் மூன்று நிமிடங்களிலேயே பயன்படுத்தித் தீர்த்துவிடுகிறது.

ஊடுருவிச் செல்வதற்கு முக்கியம் பூர்வாங்க செயல் வேகம்.

- அறிவுக் கூர்மையுள்ளவர்களின் சிறப்பியல்புகளைப் பயன்படுத்துங்கள். நேர்மறையாகக் கருத்து வெளியிடும் முறை (positive language)யை, உறுதியான நம்பிக்கையை, செயல்முறையைப் பழகுங்கள்.

- உங்களைக் கட்டுப்படுத்தும் நம்பிக்கைகளை உடைத்து தூக்கி எறிந்து விடுங்கள். மற்றவர்களைப் பிடித்திழுக்கும் சங்கதிகள் உங்களையும் பிடித்திழுக்கும் என்று எண்ண வேண்டியதில்லை.

- வித்தியாசமாகச் சிந்தியுங்கள். உங்கள் சிந்தனைகளை சரியான திக்கில் செலுத்துங்கள்.

- பெரிய அளவில் செயல்படுங்கள், பெரிய அளவில் பலனடையுங்கள்.

கனவுகள் வசப்படும்

உங்கள் வாழ்க்கையில் நீங்கள் எவற்றை முக்கியமான பகுதிகளாய்க் கருதுகிறீர்களோ அவற்றில் காலடி வையுங்கள் (அதிகபட்சம் மூன்று பகுதிகள்).

உங்கள் பாதையின் குறுக்கே தடையாய் அமைந்த பாறைகளை அகற்றுங்கள். பாறைகளை அகற்றிவிட்டால் மற்ற எல்லாமும் எளிதாகி விடும்.

உங்கள் மதிப்புகளில் கவனம் செலுத்துங்கள். அவற்றை அடித்தளமாய்க் கொண்டே அனைத்தும் உருவாகின்றன. உங்கள் மதிப்புகளும் நம்பிக்கை அமைப்பும் சரியாக இருந்தால் உங்களுக்குத் தேவைப்படுகிற அனைத்தையும் நீங்கள் அடைவீர்கள்.

எது முக்கியம் என்பதைக் கண்டறியவும், எங்கே செல்ல விரும்புகிறீர்கள் என்பதைத் தெரிந்து கொள்ளவும் உங்கள் தொலைநோக்கைப் பயன்படுத்துங்கள்.

குறிக்கோளை அமைத்துக் கொள்ளுங்கள். அந்தக் குறிக்கோளை குறிப்பிட்ட காலக் கெடுவில் அடைவதற்கான நடவடிக்கைகளை எடுங்கள். உலகத்தை மாற்ற விரும்புகிறவர் முதலில் தன்னை மாற்றிக் கொள்ள வேண்டும் என்பார்கள். மாறுங்கள், மாற்றுங்கள். நீங்கள் கனவு கண்ட வாழ்க்கை, இதோ கையருகில் வந்தாயிற்று.

உங்கள் சுயபிம்பம் உயர வேண்டுமா?

◆

உறுதியும், ஊக்கமும் உள்ள நபர்களை உங்கள் அருகில் வைத்துக் கொள்ளுங்கள்.

வெளியுலக மனிதர்களிடம் நாம் கொள்ளும் தொடர்பு மூன்று வகை.

பரிச்சயம் - அறிந்திருத்தல்
பழக்கம் - தெரிந்திருத்தல்
நட்பு - புரிந்திருத்தல்

நமக்கு ஆயிரம் பேரிடம் பரிச்சயம் இருக்கலாம். நூறு பேரிடம் பழக்கம் இருக்கலாம். ஆனால், நாலு பேரிடம் நட்பு இருந்தால் போதும்.

பரிச்சயம் மேலோட்டமானது. பழக்கம் வாசலுக்கு வெளியிலேயே நின்றுவிடுவது. நட்புக்கு இடமுண்டு இதயம் வரை.

நிறைய பேரிடம் நட்பு வைத்தால் தொல்லைதான். இந்தக் காலத்தில் பிரதிபலனை எதிர்பார்த்து நட்பு செய்கிறவர்கள்தாம் அதிகம். விருந்து, வெகுமதி, கொடுக்கல் வாங்கல், சலுகை இவற்றை எதிர்பாராத நட்பே உண்மையானது. உண்மையானவர்களிடம் நட்பு செய்யுங்கள். அவர்கள் உங்களிடம் அக்கறைக் கொண்டிருப்பார்கள். நெருக்கடி நிலைகளில் தோளோடு தோள் நின்று உங்களைக் காப்பார்கள். அவர்கள் மகிழ்ச்சியை மட்டுமன்றி துயரத்தையும் பகிர்ந்து கொள்ள முன் வருகிறவர்கள்.

நல்ல நண்பர்களைப் பெற்றிருப்பவர்கள் வாழ்க்கையின் சவால்களைக் கண்டு கலங்குவதில்லை, பிரச்சினைகள் வரும் போது அஞ்சுவதில்லை.

நண்பர்களால் உங்கள் ஆர்வமும், மகிழ்ச்சியும் அதிகரிக்கும். நம்பிக்கை சிறக்கும்.

நீங்கள் தகுதி மிக்க ஒருவர் என்பதை வலியுறுத்தல்கள் மூலம் உங்கள் ஆழ்மனதில் பதிய வையுங்கள். உங்கள் மனதில் நீங்கள் முடிவு செய்து கொண்ட எதையும் உங்களால் செய்ய முடியும், அடைய முடியும். தடைகள் ஒரு பொருட்டேயல்ல.

நீங்கள் வலியுறுத்துகிற பொழுது -

நம்பிக்கையோடு வலியுறுத்துங்கள். தினமும் வலியுறுத்துங்கள், திரும்பத் திரும்ப வலியுறுத்துங்கள்.

மாதிரிக்குச் சில :

- நான் எதைத் தொட்டாலும் அது பொன்னாகும்.
- என் மனதில் பொருத்திக் கொண்ட எதையும் என்னால் செய்ய முடியும்.
- நான் கடுமையானவன், என்னை யாரும் தடுத்து நிறுத்த முடியாது.
- நான் சிகரத்தை நோக்கிச் சென்று கொண்டிருக்கிறேன்.
- என் வழியில் வருவதெல்லாம் விரும்பத்தக்கவைகளே.
- நான் மிகச் சிறந்ததைப் பெறத் தகுதியானவன், மிகச் சிறந்ததைப் பெறுவேன்.

'மனிதன் தன்னுடைய உணவால் வாழ்வதைவிட, உறுதிப்பாட்டில் வாழ்கிறவன்' என்பார் விக்டர் ஹ்யூகோ.

நீங்கள் உறுதியுரைகளை மேற்கொள்கிற போது, நம்ப முடியாத ஆற்றல்களை உங்களுக்குள்ளிருந்து வெளிக்கொண்டு வருகிறீர்கள்.

நீங்கள் திரும்ப திரும்ப, முக்கியத்துவம் கொடுத்துச் சொல்கிற போது, உங்கள் நம்பிக்கை, ஆற்றல் உங்களுடைய ஆழ்மனதில் ஊடுருவிப் பரவுகிறது.

உதாரணமாக - 'நான் சிறந்தவன், மிகச் சிறந்தவைகளையே பெறுவேன்' என்கிற உறுதி சொல்லைப் பயன்படுத்திப் பாருங்களேன்.

கடந்தகால வருத்தங்களில் இருந்து விடுபடவும், எதிர்காலத்துக்கான புதிய மனோபாவங்களைப் பெறவும் வலியுறுத்தல்கள் உதவும். மாதிரிக்குச் சில :

- நான் ஒவ்வொரு நாளையும் முழுமையாய் வாழ்ந்துவிடுவது என்று தீர்மானிக்கிறேன்.

- எனது உள்ளிருந்து ஒலிக்கும் குரலைக் கவனமாய்க் கேட்பது என்று தீர்மானிக்கிறேன்.

- என்னுடைய திறமைகளை முழு அளவில் வெளிப்படுத்துவது என்று தீர்மானிக்கிறேன்.

- அனுபவங்கள் எத்தகையதாயினும் அவற்றில் இருந்து கற்பது என்று தீர்மானிக்கிறேன்.

உங்கள் வலியுறுத்தல்கள் மூலம் நம்பிக்கை மனோபாவத்தைப் பெறுங்கள். கடந்த காலத்தில் உறவோ, பொருளோ எதை இழந்திருந்தாலும் இழந்ததை எண்ணிக் கலங்காதீர்கள்.

'ஒன்று போனால் இன்னொன்று வந்து சேரும்.
வாழ்க்கை ஒருபோதும் வெறிச்சோடிப் போவதில்லை.'

உங்களுடைய சூழ்நிலைகள் எப்படி இருந்தாலும், வலியுறுத்தல்களின் மூலம் உற்சாகத்தையும், வளமான மனநிலையையும் நீங்கள் பெற முடியும்.

உங்கள் மனோபாவமும், சுய பிம்பமும் ஒன்றோடொன்று வலுவாக இணைந்திருப்பவை.

உங்கள் வாழ்க்கையில் இல்லாதவைகளைப் பற்றி கவலைப்பட்டுக் கொண்டிருந்தாலும், உங்களை விட அதிகம் பெற்றிருப்பவர்களுடன் உங்களை ஒப்பிட்டுக் கொண்டிருந்தாலும் உங்களுடைய சுயபிம்பம் மோசமாகிவிடும்.

வாழ்க்கையில் நீங்கள் எதையெல்லாம் பெற்றிருக்கிறீர்கள் என்பதைப் பட்டியலிடுங்கள். உங்கள் சுயபிம்பம் வலுப்படும். நட்பு, திறமைகள், குடும்ப நல்லுறவு, தனித்தன்மை என்று நீங்கள் மகிழ்ச்சி கொள்வதற்கு எத்தனையோ உண்டு. நீங்கள் தளர்ச்சியடைகிற போதெல்லாம் உங்களிடமுள்ள சிறப்புகளை - 'ப்ளஸ் பாயிண்ட்'களை எண்ணிக் கொள்ளுங்கள்.

தினமும் கண்விழிக்கும் போது, 'இந்த நாள் ஒரு வியக்கத்தக்க நாளாக இருக்கப் போகிறது' என்று நம்புங்கள். 'இன்று வரக் கூடிய அத்தனை பிரச்சினைகளையும் நான் வெற்றிகரமாகக் கையாளுவேன். நான் உடல்ரீதியாகவும், மனோரீதியாகவும், உணர்வுரீதியாகவும் நிறைவாக உணர்கிறேன்' என்று சொல்லிக் கொள்ளுங்கள்.

தினமும் உறங்கச் செல்கிற பொழுது, 'கடவுளே, விரும்பத்தக்க வாழ்க்கையை எமக்குக் கொடுத்திருக்கிறீர். நன்றி' என்று பிரார்த்தித்துக் கொள்ளுங்கள்.

கூட்டத்தில் இருந்து வெளியே வாருங்கள்

◆

'இந்தப் பாதை எங்கே போகிறது, இவர்கள் எங்கே போகிறார்கள். இவர்களோடு நாமும் எதற்குப் போக வேண்டும்?' பெருங்கூட்டத்தில் யாரோ ஒருவருக்குத்தான் இத்தகைய கேள்விகள் எழுகின்றன. மற்றவர்களெல்லாம் மறுபேச்சின்றி தங்களுக்கு முன்பாய்ச் செல்கிறவர்களை அப்படியே பின்பற்றிச் செல்கிறார்கள்.

ஆயிரம் பேர் போகிறார்கள், அவர்களோடு நாமும் போவோம் என்கிற எண்ணம் எப்படி வந்தது? ஒத்த உணர்வால் வந்ததல்ல அது. புதிய வழியில் ஆபத்துகள் இருக்குமோ என்கிற அச்சமும், சுயசிந்தனையற்ற சோம்பேறித்தனமுந்தான் அதற்குக் காரணம்.

பழைய தடங்கள் பழைய இடத்துக்குத்தான் போகும். புதிய தடங்களோ புதிய எல்லைகளுக்கு நம்மைக் கொண்டு சேர்க்கும். ஆனால், நம்மில் பலரும் அற்ப வெற்றிகளில் திருப்தியடைகிறவர்களாகவும், சாதனைகளுக்கான உத்வேகம் அற்றவர்களாகவும் இருக்கிறார்கள். ஆனாலும் சமுதாயம் வளர்ச்சி கண்டிருக்கிறது, நாடு வளம் பெற்றிருக்கிறது. இது எப்படிச் சாத்தியமாயிற்று. அபாயங்களுக்குத் தன்னை உட்படுத்திக் கொள்ளத் தயங்காத ஒரு சிலரால்தான். அவர்கள் தொடர் வெற்றிகள் மூலமும், புதிய சாதனைகள் மூலம் இந்த நாட்டை உலக அரங்கில் உயர்த்தியிருக்கிறார்கள். இதே நிலைதான் நாடுதோறும், உலகெங்கிலும்.

அவ்வளவு தூரம் போவானேன். தேர்வெழுதும் மாணவர்களை எடுத்துக் கொள்ளுங்கள். தொண்ணூறு சதவீதம் பேர் 'கைடு'களை

நெட்டுருப் போட்டு விடையெழுதுகிறார்கள். ஓர் ஐந்து சதவீதம் பேர்தான் வகுப்பில் ஆசிரியர் பாடம் நடத்தும் போது கிரகித்து, பாட நூல்களில் உள்ளது, தொடர்பு நூல்களில் பெற்ற தகவல்கள் இவற்றை இணைத்து சுயமாக விடை எழுதுகிறார்கள். தங்கள் சிந்திக்கும் திறனைப் பயன்படுத்தியதால் அவர்கள் மாநில அளவில் குறிப்பிடத்தக்க இடங்களைப் பெறுகிறார்கள். அவர்கள் வித்தியாசம் காட்டியவர்கள்.

புதிய கோணத்தில் சிந்திப்பவர்களும், தங்களுடைய படைப்பாற்றலை வெளிப்படுத்தத் துடிப்பவர்களும் நிச்சயம் மற்றவர்களில் இருந்து வேறுபடவே செய்வார்கள்.

வித்தியாசம் காட்டுங்கள்

உங்களுக்கென்று ஒரு பார்வை இருக்க வேண்டும், உங்களுக்கென்று ஓர் அணுகுமுறை, செயல்முறை இருக்க வேண்டும்.

ஆயிரம் பேரில் இருந்து ஓர் ஓவியர்
வேறுபடுகிறார். ஓர் ஓவியரிடம் இருந்து
இன்னொரு ஓவியர் வேறுபடுகிறார்.
வரையும் முறைகளில் வித்தியாசம்!

ஓவியர்கள்தாம் என்றில்லை, கவிஞர்களும், நடனமணிகளும், இசைக் கலைஞர்களும் சராசரிகளில் இருந்து வேறுபடுகிறார்கள். ஓவியத்திலும், கவிதையிலும், இசையிலும், நடனத்திலும் புதுப்புது உத்திகள். மக்களின் ரசனைக்கேற்ப, காலமாறுபாட்டுக்கேற்ப படைப்பாளிகளும் தங்களை மாற்றிக் கொள்கிறார்கள்.

'மண்ணுக்குள் வேரூன்றிய மரங்கள்
வானோங்கி வளர்கின்றன.
வேர்களைப் போல் கிளைகள்
சிறைப்பட்டுக் கிடப்பதில்லை.'

வித்தியாசம் காட்டுவது புதுமை. புதுமைகள் வேண்டும் வளர்ச்சிக்கு.

'விப்ரோ' இன்று உலக அளவில் புகழ்ப் பெற்ற கணினி நிறுவனம். ஆனால் நாற்பது, ஐம்பது ஆண்டுகளுக்கு முன்புவரை 'விப்ரோ' எண்ணெய், சோப் வகைகளைத் தயாரிக்கிற நிறுவனமாகத்தான்

இருந்தது. இன்று அதே நிறுவனம்தான் மென்பொருள் துறையில் சாதனை படைத்திருக்கிறது. இது எப்படி சாத்தியமாயிற்று? நிறுவனத்தின் தலைவர் அசீம் பிரேம்ஜி புதிதாய் ஒன்றைச் செய்ய வேண்டும் என்று சிந்தித்ததுதான். இன்று பல பெரிய நிறுவனங்கள் பிரேம்ஜியைப் பின்பற்றுகின்றன.

யார் வித்தியாசம் காட்டுகிறாரோ அவரை உலகம் இரு கை நீட்டி வரவேற்கிறது. அவர் எந்தத் துறையைச் சேர்ந்தவராயினும் இது பொருந்தும்.

உதவும் மனப்பான்மை

பல ஆண்டுகளுக்கு முன் இது நடந்தது. அமெரிக்க பிலடெல்பியா மாநிலத்துக்கு இங்கிலாந்தில் இருந்து வயதான கணவன்-மனைவி வந்திருந்தனர். அவர்கள் வியாபாரப் பயணமாக அங்கே வந்தனர். ஓர் ஓட்டலில் தங்குவதற்காக இடம் கேட்டனர். 'எல்லா அறைகளும் நிரம்பி விட்டன' என்று பணிவுடன் தெரிவித்தார் ஓட்டல் நிர்வாக உதவியாளர். வந்தவர்கள் முகத்தில் கவலை தெரிந்தது. 'என்ன இப்படிச் சொல்லிவிட்டீர்கள். நாங்கள் பல ஓட்டல்களிலும் கேட்டுப் பார்த்துவிட்டோம். இதே பதிலைத்தான் சொன்னார்கள். நாங்கள் அலைந்து, களைத்து வந்திருக்கிறோம்' என்றார் அந்த முதியவர்.

நிர்வாக உதவியாளர் அவர்களுடைய நிலையைப் புரிந்து கொண்டவராய்ப் பேசினார், 'அறை காலி இல்லை என்று சொல்வதற்கு எனக்கும் வருத்தமாகத்தான் இருக்கிறது. ஆனால், ஒரு விதத்தில் நான் உங்களுக்கு உதவ முடியும். என்னுடைய அறையை நான் தருகிறேன். நீங்கள் உபயோகித்துக் கொள்ளுங்கள்' என்று.

முதியவர் கேட்டார், 'ஆனால், உங்களுக்கு... ?'

உதவியாளர் சொன்னார், 'நான் நாளைக் காலை வரை இங்கேதான் இருந்தாக வேண்டும். நீங்கள் தாராளமாய் என்னுடைய அறையில் தங்கிக் கொள்ளலாம்' என்று.

எத்தனை பேருக்கு இப்படி உதவுகிற மனப்பான்மை இருக்கும்.

மறுநாள் காலை. அந்த முதியவர் அறையைக் காலி செய்து கொண்டுப் புறப்பட்டார். 'ரொம்ப நன்றி. விரைவிலேயே ஒரு பெரிய

ஓட்டலுக்கு நிர்வாகியாகிவிடுவீர்கள்' என்று அந்த உதவியாளரை வாழ்த்தினார். அவருடைய வாக்கு பலித்தது. எப்படி தெரியுமா ?

வந்தவர் இங்கிலாந்தில் பெருஞ்செல்வர். வில்லியம் ஆல்டாஃர்ப் ஆஸ்டர் என்று பெயர். அவர் நியூயார்க்கில் அஸ்டோரியா என்ற பெயரில் ஒரு பெரிய ஓட்டலை நிறுவினார். அதன் நிர்வாகப் பொறுப்பை தமக்கு அறை ஒதுக்கித் தந்த உதவியாளரிடம் ஒப்படைத்தார். அந்த உதவியாளரின் பெயர் ஜார்ஜ். சி. போல்ட். இன்று உலக அளவில் அவர் சிறந்த ஓட்டல் நிர்வாகியாகப் புகழ் பெற்று விளங்குகிறார்.

'நீங்கள் வித்தியாசம் காட்டுங்கள்,
தனிச்சிறப்பு பெற்றவராகிவிடுவீர்கள்'

கூடுதல் உழைப்பு, வித்தியாசம் காட்டுகிற துணிவு உங்களைக் கூட்டத்தில் இருந்து வேறுபடுத்திக் காட்டும். அதுதான் வெற்றியைத் தீர்மானிக்கிறது. உண்மையான வெற்றியாளர்கள் தொடர்ந்து மற்றவர்களுக்கு உதவுகிறார்கள். அவர்கள் மற்றவர்களில் இருந்து வேறுபடுகிறார்கள். பெரிய அளவிலோ, சிறிய அளவிலோ என்றாலும் அவர்கள் காட்டுகிற வித்தியாசம் உறுதியானது.

உதவ வேண்டும் என்கிற எண்ணம் நிறைய பேருக்கு இருக்கலாம். ஆனால், உண்மையிலேயே உதவுகிறவர்கள் எத்தனை பேர் ?

'நல்ல நோக்கம் இருந்தால் போதாது,
செயலளவில் நடத்திக் காட்ட வேண்டும்'

மக்கள் உங்களைப் பற்றி முடிவு கட்டுவது உங்கள் செயல்களை வைத்துத்தான். நோக்கங்களின் அடிப்படையில் அல்ல.

உதட்டளவு உபச்சாரத்துக்கு யாரும் மதிப்பு கொடுப்பதில்லை. செயலுக்குத்தான் முக்கியத்துவம்.

'வழியைச் சொல்ல பல பேர் உண்டு.
கூடவே வருபவர் ஒரு சிலர்தான்.
கண்களா, காதுகளா எது சிறந்தது ?
கனிவு காட்டக் கூடியதே சிறந்தது.
உங்களையும், உங்கள் அறிவுரையையும்
அவர்கள் தவறாகப் புரிந்து கொள்ளலாம்.
ஆனால், நீங்கள் எப்படிச் செயல்படுகிறீர்கள்,

எப்படி வாழ்கிறீர்கள் என்பதைத்
தவறாகப் புரிந்து கொள்வதற்கில்லை.'

நீங்கள் சிறப்படைய விரும்பினால், உண்மையிலேயே வெற்றியையும் மகிழ்ச்சியையும் தேடிக் கொண்டிருந்தால், நிறைவான வாழ்க்கையை வாழ்கிற நாட்டம் இருந்தால் மற்றவர்களில் இருந்து உங்களை வேறுபடுத்திக் காட்டும் துணிவு உங்களிடம் இருக்க வேண்டும்.

மனிதர்கள்பால் அன்பும், கருணையும் உடையவராயிருங்கள்.

உங்கள் நல்ல நோக்கங்களை நீங்கள் செயல்படுத்துகிற போது இந்த உலகமும் அதைப் பார்த்திருக்கும். உங்கள் வேலையை பெருமிதத்தோடும், ஈடுபாட்டோடும் செய்யுங்கள். உங்கள் ஆர்வத்தை உலகம் புரிந்து கொள்ளும்.

முக்கியத்துவம் யாருக்கு?

சாம் வால்டன் யார் என்று தெரியாதவர்களுக்கெல்லாம் வால்மார்ட் கடை தெரிந்திருக்கும். 1945-இல் அர்கன்சாஸ் (அமெரிக்கா) என்கிற இடத்தில் சின்னதாய் ஒரு பலசரக்கு கடையைத் தொடங்கினார் சாம் வால்டன். 'நீங்கள் எந்தப் பொருளையும் தள்ளுபடி விலையில் வாங்கலாம்' என்கிற திட்டத்தை அவர் அறிமுகப்படுத்தினார். நல்ல வியாபாரம். 1992-இல் சாம் வால்டன் மறைந்தார். இன்று சுமார் 4000 கிளைகள் இருக்கின்றன வால் மார்ட்டிற்கு. மிகப் பெரிய வெற்றி. இது எப்படி சாத்தியப்பட்டது?

சாம் வால்டன் தம்முடைய நிறுவனத்துக்கென்று ஒரு முத்திரை மொழியை உருவாக்கியிருந்தார்.

'நம் வாடிக்கையாளரே அதிகாரமும், செல்வாக்கும் மிக்கவர்' என்பதுதான் அது. சிறந்த பண்பாளர் சாம் வால்டன். தம்முடைய முதல் கடையைத் தொடங்கிய போது வாடிக்கையாளருக்கு அளித்த அதே முக்கியத்துவத்தை, தமது 3600-வது கிளையைத் தொடங்கிய போதும் அளித்தார் அவர்.

வால்மார்ட் நிறுவன வெற்றி சாம் வால்டனின் பண்புக்குக் கிடைத்த பரிசு.

'நற்பெயர் என்பது மற்றவர்கள்
உங்களைப் பற்றி உருவாக்கும் கருத்து.
நல்லொழுக்கம் என்பது
உண்மையான நீங்கள்.'

சுயமதிப்பு உடையவராயிருங்கள்

◆

ஒருவருடைய 'உண்மையான நான்' எப்போது வெளிப்படுகிறது? அவர் தனிமையில் இருக்கும் போது. மற்றபடி வெளியில் புறப்பட்டதுமே அவர் ஒரு முகமூடியை மாட்டிக் கொண்டு விடுகிறார். ஒருவரிடம் ஒன்றுக்கும் மேற்பட்ட முகமூடிகள் இருக்கின்றன. இந்த ஒருவர் சமூகத்திலுள்ள யாரோ ஒருவர் அல்ல. அது நீங்களும், நானும், அவருந்தான்.

மற்றவர்கள் நம்மை ஏற்றுக் கொள்ள வேண்டும், விரும்ப வேண்டும், மதிக்கவும் பாராட்டவும் வேண்டும் என்பதற்காகவே 'பொய் முகம்' காட்டுகிறோம்.

உங்களுக்குள் இந்தக் கேள்விகளை கேட்டுக் கொள்ளுங்கள்.

- 'உண்மையான நான்' யார்?
- நான் எப்படிக் காணப்படுகிறேனோ அப்படியே இருக்கிறேனா?
- நான் இருக்கிறபடிக்கு என்னை ஏற்றுக் கொள்கிறேனா?

இந்தக் கேள்விகளுக்கெல்லாம் 'ஆம்' என்று உங்களால் விடையளிக்க முடிந்தால் வாழ்க்கையில் நீங்கள் வெற்றிப் பெறுவீர்கள்.

இங்கே முழுக்க முழுக்கக் குறைபாடுள்ளவர் என்றோ முழு அளவில் நிறைவானவர் என்றோ யாரும் கிடையாது.

நீங்கள் இருக்கிறபடிக்கே உங்களை ஏற்றுக் கொண்டாக வேண்டும். நீங்கள் யாராக இருந்தாலும் உங்களை நேசிக்க வேண்டும். 'இருக்கிறபடிக்கே ஏற்றுக் கொள்ள வேண்டும்' என்பதால் நீங்கள் முன்னேறுவதற்கு முயற்சிக்க வேண்டியதில்லை என்றாகிவிடாது.

ஒன்றை நினைவில் வையுங்கள். 'உங்கள் வளர்ச்சி நின்று போனால், அது சீர்கேட்டின் தொடக்கமாகிவிடும்.'

உங்கள் இருப்புணர்வின் (being) சாரமே உங்களுடைய அகநிலைப் பண்பு (self). அதுவே உண்மையான சுயம் என்பது.

முதலில் உங்களை நீங்கள் ஏற்றாக வேண்டும். சுய ஏற்பு (self-acceptance) இல்லாத ஒருவர், தன்னை மற்றவர்கள் ஏற்க வேண்டும் என்று எப்படி எதிர்பார்க்க முடியும்? தன்னைத்தானே ஏற்கத் தவறுகிறவர்கள்தாம் தாழ்வு மனப்பான்மைக்குள்ளாகிவிடுகிறார்கள்.

'நான் யார்?'

'நான்' என்பது உங்கள் உடம்புக்கும் அப்பாற்பட்டது. உடல் என்பது உங்களை மூடியிருக்கும் புறவோடு. பழத்தை மூடியிருக்கும் தோல் மாதிரி. நீங்கள் உயரமாக இருப்பது, குள்ளமாக இருப்பது, குண்டாகவோ மெலிந்தோ இருப்பது என்று எப்படியிருந்தாலும் அது உங்களுடைய வெளித் தோற்றம். உண்மையான 'நான்' உள்ளேயிருக்கிறது, அது உடலல்ல.

அதே போன்று, 'நான்' என்பது உங்கள் அறிவும் ஆகாது. உங்கள் அறிவை விட கூடுதலானவர் நீங்கள். உண்மையில் உங்களுடைய முழு அறிவுத் திறனையும் பயன்படுத்துகிற சந்தர்ப்பம் உங்கள் வாழ்வில் வரவில்லை என்றே சொல்ல வேண்டும். அதுமட்டுமா, உங்கள் குடும்பம், சுற்றம், நட்பு இவற்றையும் கடந்தவர்தான் நீங்கள். உண்மையில் அவர்களெல்லாம் உங்களுக்கு முக்கியமானவர்கள்தாம். ஆனாலும் அவர்கள் உங்களுடைய தனித்தன்மை (essence)யைக் கொண்டவர்கள் அல்லவே. அவர்கள் அவர்களாகவும், நீங்கள் நீங்களாகவும்தானே இருந்து கொண்டிருக்கிறீர்கள். உங்கள் வேலையைக் காட்டிலும் அளவில் கூடுதலானவர்தான் நீங்கள். வேலை முக்கியம் என்றாலும் அந்த வேலையே நீங்களாகிவிடுவதில்லை. நாளை நீங்கள் வேலை செய்வதை நிறுத்தலாம். ஆனால் நீங்கள் இல்லை என்றாகிவிட மாட்டீர்கள்.

அதே போன்றுதான் உங்கள் பலங்கள், பலவீனங்கள், உடைமைகள், திறமைகள், சாதனைகள், விருப்பங்கள், குறிக்கோள்கள் இவையே நீங்களாகிவிடுவதில்லை. நீங்கள் அவற்றைப் பார்க்கிலும் கூடுதல்

பரிமாணம் உடையவர். அதே போன்றுதான் மற்றவர்கள் உங்களைப் பற்றி எண்ணிக் கொண்டிருப்பதை காட்டிலும் நீங்கள் பெரியவராக இருப்பது.

இப்பிரபஞ்சத்தின் கோடானுகோடி பேர்களில் நீங்களும் ஒருவரல்ல என்பது நிச்சயம். மேலோட்டமாகப் பார்த்தால் எல்லாருக்கும் இருக்கிற உடம்பும் உயிருந்தானே நமக்கும் இருக்கிறது என்று எண்ணத் தோன்றும். ஆனால், டி.என்.ஏ. விதி (DNA Code) ஒருவருக்கொருவர் வேறானவர் என்பதை தெளிவுபடுத்துகிறது, உறுதிப்படுத்துகிறது.

மனிதன் உயர்ந்தவன்

அருமையான இசையை எழுப்பும் பியானோ 240 நாண்கள் (strings) கொண்டவை. மிகப் பெரியது அந்த இசைக் கருவி. அந்த இசையைக் கேட்கிற மனிதனின் காது மிகச் சிறியது. அது 24,000 நுண்ணிய நரம்புகள் கொண்டது. ஒரு டெலிவிஷன் காமிரா 60,000 மின்னுறுப்புகள் கொண்டதாயிருக்கிறது. அது கொண்டு வரும் பிம்பங்களைப் பார்க்கும் நமது கண்கள் அதே தன்மையுள்ள 137 மில்லியன் கூறுகளை (elements)த் தன்னகத்தே கொண்டிருக்கும். ஒரு பி.ஸி. (personal computer) யை எடுத்துக் கொண்டால் சில நூறு அடி நீள ஒயர்களைக் கொண்டிருக்கும். அது பல கோடி தகவல் துணுக்குகளை தன்னுள் சேமித்து வைக்கும் திறன் உடையது. என்றாலும் மனித மூளை ஒரு கம்ப்யூட்டரை விட செயல் திறன் மிக்கது. நம்முடைய மூளையில் நாம் சேமித்து வைக்கக் கூடிய தகவல்களுக்கு எல்லையே கிடையாது. பிரபஞ்சத்தில் மனிதன் ஒரு வியக்கத்தக்க படைப்பு.

'இசை வயலினில் இல்லை, அதை
வாசிப்பவனின் கையில் இருக்கிறது' என்பார்கள்.

வாழ்க்கையிலும் அப்படித்தான். இடையில் வருகிற தடைகளோ, பிரச்சினைகளோ, கட்டுப்பாடுகளோ அல்ல இறுதி விளைவைத் தீர்மானிப்பது. உண்மையில் அந்த ஆட்டத்தை ஆடுகிறவர்தான் அதைத் தீர்மானிக்கிறார்.

ரொம்பப் பேர் மற்றவர்களுடன் தம்மை ஒப்பிட்டுப் பார்த்துக் கொண்டு, முயற்சியைக் கைவிட்டுவிடுகிறார்கள்.

'அட, போட்டி ரொம்ப பெரிசா இருக்கும் போல' என்று மருட்சியுடன் நின்று விடுகிறார்கள். அடுத்த அடியை எடுத்துவைக்க ஆர்வமோ, துணிவோ இல்லாமல் போய்விடும். அவர்கள் ஒன்றைப் புரிந்துக் கொள்ள வேண்டும், நான் உங்களை மாதிரியோ, நீங்கள் என்னை மாதிரியோ, மற்றவர் நம்மை மாதிரியோ படைக்கப்பட்டிருக்கவில்லை என்பதை. நம் ஒவ்வொருவரிடமும் வெவ்வேறு திறமைகள் இருக்கின்றன.

'நம்முடைய அறிவும், திறமையும், ஆற்றலும்
இயற்கை நமக்கு வழங்கியிருக்கும் வெகுமதிகள்.'

நம்மிடம் உள்ளவைகளை நாம் பயன்படுத்தப் போகிறோமா இல்லையா என்று தீர்மானிப்பது நாம்தான்.

நாம் எல்லாரும் ஒரே மாதிரி இருந்துவிட்டால் உலகம் சலிப்பூட்டுவதாகிவிடும். வாழ்க்கை சுவாரஸ்யமற்றதாகிவிடும். எனவேதான் இயற்கை நம் ஒவ்வொருவருக்கும் (வெவ்வேறான) ஒரு திறமையை வழங்கியிருக்கிறது. அதுவே நம்முடைய தனித்தன்மை.

உங்களிடமுள்ள வெகுமதிகள் பெரியதாகவோ அல்லது சிறியதாகவோ இருக்கலாம். அவற்றின் அளவு முக்கியமல்ல. அவற்றை நீங்கள் முழுமையாய்ப் பயன்படுத்த வேண்டும், அதுதான் முக்கியம்.

உதாரணமாக, *'ஹம்மிங் பேர்டு' என்கிற பறவையைப் பற்றி கேள்விப்பட்டிருப்பீர்கள். 338 வகைகள். கியூபாவில் உள்ள ஹம்மிங் பேர்டு உலகிலேயே மிகச் சிறிய பறவை. அது ஆறு செ.மீ. அளவில், மூன்று கிராம் எடையில் இருக்கும். இந்தப் பறவை மல்லாந்தவாக்கிலும், பின்னோக்கியும் பறக்கும். ஒரு நொடிக்கு 38-78 முறை சிறகடித்துக் கொள்ளும்படியாய் அதன் தசைகள் வடிவமைக்கப்பட்டிருக்கிறது. இணைவிழைச்சின் போது ஆண்பறவை நொடிக்கு 200 முறை சிறகடிக்கும். எண்ணிப் பாருங்கள், நம்மால் 200 முறை (ஒரு நொடியில்) கைகளை அசைக்க முடியுமா?

அத்தனை எளிதாக, வேகமாக இயங்கும் ஆற்றலைப் பெற்றிருந்தாலும் அந்தப் பறவையால் ரொம்ப தூரம் பறக்க முடியாது. அது உயரத்தில் பறப்பதும் முடியாத காரியம். ஹம்மிங் பேர்டின் கால்கள் மற்ற பறவைகளைப் போல் நிலத்தில் நகர்ந்து செல்லும்படி

---

*'ஹம்மிங் பேர்டு' (Humming-bird) பறக்கும் பொழுது ஓசை எழுப்பும் ஓர் அழகிய பறவை.

வடிவமைக்கப்படவில்லை. அது ஒரு பூவில் இருந்து இன்னொரு பூவுக்குத் தாவிச் செல்ல முடியாது. ஒவ்வொரு பூவுக்கும் அது பறந்து போய்தான் தேனெடுக்கும்.

ஒரு கேள்வி. தன்னிடம் இல்லாதவைகளையும், தன்னால் முடியாதவைகளையும் காரணமாய்க் கொண்டு ஹம்மிங் பறவை வருத்தப்பட்டுக் கொண்டிருக்கிறதா ? இல்லை. அந்தப் பறவை தன்னுடைய திறமைகளை மிகவும் சக்திவாய்ந்த விதத்தில் பயன்படுத்தவே செய்கிறது.

பறவைகளில் மிகப் பெரியது நெருப்புக்கோழி (Ostrich). அது 2.4 மீட்டர் உயரத்துக்கு வளரும். அதன் எடை 136 கிலோ அளவிற்கு இருக்கும். தன்னைக் கொல்ல வரும் மற்ற விலங்குகளிடம் இருந்து தப்பிப்பதற்காக அது பறப்பதில்லை. காரணம், அதனால் பறக்க முடியாது. அதன் கால்கள் ஆற்றல் மிக்கவை. மணிக்கு 80 கி.மீ. வேகத்தில் நெருப்புக் கோழியால் ஓட முடியும். அது $4^1/_2$ மீட்டர் நீளத்துக்குக் கால்களை வைத்துச் செல்லும்.

இந்த உதாரணங்கள் எதற்கு ? நாம் எல்லாருமே ஒருவருக்கொருவர் வேறுபட்டிருக்கிறோம். நம்முடைய பலங்களும் பலவீனங்களும் வேறானவை. நமது விருப்பு வெறுப்புகள் மாறுபட்டவை, திறமைகள் வெவ்வேறு அளவிலானவை என்பதை உணர்த்துவதற்குத்தான்.

உங்களிடம் என்ன இருக்கிறதோ அதை முழுமையாக வெளிப்படுத்துங்கள். தெரிவு செய்யுங்கள். முடிவெடுங்கள். குறிப்பிட்ட சூழ்நிலையில் எப்படிச் செயல்படுவது என்று நீங்களே தீர்மானியுங்கள். ஏனோ சிலருக்கு மட்டும் வேறொருவராக ஆகிவிட வேண்டும் என்று தோன்றுகிறது. அது இருப்பதைவிட்டு, பறப்பதைப் பிடிக்க ஆசைப்படுகிற கதையாகிவிடும்.

வெற்றியாளர்கள் தங்களிடம் என்ன இருக்கிறதோ அதைப் பயன்படுத்தி முன்னேறுகிறார்கள்.

நாம் என்ன செய்து கொண்டிருக்கிறோமோ அதிலிருந்து ஒரு நிலையான மனநிறைவைப் பெற முடியும்.

சுய மதிப்பு (self-esteem) முக்கியம். நீங்கள் யார் என்பதைக் கண்டுணரும் திறன் உங்களிடம் இருக்க வேண்டும். அது உங்கள் எதிர்காலத்தைத் தீர்மானிப்பதில் முக்கியப் பங்கு பெறுகிறது.

மோசமான சுய மதிப்பு உடைய யாரேனும் மகிழ்ச்சியாய் இருப்பதாக, வெற்றியாளராய்த் திகழ்வதாக உங்களால் குறிப்பிட முடியுமா ? முடியாது. ஏன் தெரியுமா, வெற்றியும் தகுதியான சுய பிம்பமும் (self-image) தான் ஒன்றோடொன்று கைகோர்த்துச் செல்ல முடியும். வெற்றிக்கான முக்கிய அம்சம் தகுதியான சுய பிம்பம் அல்லது உயர் அளவிலான சுய மதிப்புதான்.

நாம் எல்லாருமே சிறப்புக்கான ஆதாரங்களோடு பிறந்திருக்கிறோம். சுய மதிப்பு நமக்குள் இயல்பாக அமைந்திருக்கிறது. குழந்தைப் பருவத்தில் இருந்தே அது நம்முள் வளர்ந்து கொண்டிருக்கிறது. நம்முடைய ஒவ்வோர் அசைவுக்கும் பெற்றோர்கள் புகழ்ந்துப் பாராட்டி அதை வளர்த்துவிட்டிருக்கிறார்கள். ஆனால் வளர்ந்த பின், பரந்த இவ்வுலகில் துணிந்து செயல்படுகிற பொழுது பல தோல்விகளை, புறக்கணிப்புகளை, பின்னடைவுகளை எதிர்கொள்கிறோம். அவற்றால் நம்முடைய தன்னம்பிக்கையும், சுய மதிப்பும் பாதிப்பிற்குள்ளாகிறது. அதன் விளைவு -

'காற்றின் போக்கில் செல்கிற படகு மாதிரி
காலத்தின் கையில் நம்மை ஒப்படைத்துக்
கொண்டுவிடுகிறோம்.'

நாம் எதனுடனும் சமரசம் செய்து கொள்ளத் தயாராகி விடுகிறோம். வாழ்க்கை மிகச் சாதாரணமாகிவிடுகிறது.

உங்களுடைய கார், வீடு இவற்றில் அவ்வப்போது பழுது ஏற்படக் கூடும். உடனுக்குடன் பழுது நீக்கிப் பராமரித்தால்தான் அவற்றைப் பயன்படுத்த முடியும்.

உடம்பும் அவ்வாறே. நாம் முழுமையான ஆரோக்கியத்துடன் எப்போதுமே இருந்துவிட முடியாது. நம்முடைய கவனக் குறைவால் உபாதைகளுக்குள்ளாவோம், சரியான உணவும் உடற்பயிற்சியுமே நம்மை ஆரோக்கியத்துடன் வைத்துக் கொள்ள உதவும். சுய மதிப்பும் அது போலதான். அதைத் தொடர்ந்து காப்பாற்றிக் கொள்ள வேண்டும். இல்லையேல் அது சரிவுக்குள்ளாகி தன் முக்கியத்துவத்தை இழக்க நேரிடும்.

சுயமதிப்பை வளர்த்துக் கொள்ளல்

1. **வெற்றிக்கான விருப்பாற்றல்**

400 ரூபாய் மதிப்புள்ள ஓர் இரும்புத் துண்டை எடுத்துக் கொள்ளுங்கள். அதில் இருந்து குதிரை லாடம் செய்து விற்றால் 4,000 ரூபாய் கிடைக்கலாம். அந்த இரும்பில் உள்ள அசுத்தங்களை நீக்கி அத்துடன் கார்பன் சேர்த்தால் அது எஃகுவாகி (steel) விடும். அந்த எஃகினால் ஊசி செய்து விற்றால் ஒரு லட்சத்து அறுபதினாயிரம் ரூபாய் கிடைக்கும். அதே உலோகத்தைக் கொண்டு கைக்கடிகார ஸ்பிரிங்குகள் செய்து விற்றால் இரண்டு கோடி ரூபாய் கிடைக்கும்.

அந்த இரும்புக் கம்பி போன்றவர்கள் நாம். நம்மை எப்படி வேண்டுமானாலும் வடிவமைத்துக் கொள்ள முடியும். ஆனால் அந்த வடிவமைக்கிற வேலையை நாம்தான் செய்து கொள்ள வேண்டும். நமக்காக அடுத்தவர் முடிவெடுக்கக் கூடாது.

சுய ஏற்பு (self-acceptance) மற்றும் வலியுறுத்தல் (affirmation) மூலமே சுயமதிப்பு வளர்த்துக் கொள்ளப்படுகிறது. சுயமதிப்பு என்பது ஒருவர் தன் மீது தானே வைத்திருக்கும் மதிப்பு, ஆழ்ந்த உணர்வு. மற்றவர்கள் உங்களை மதிக்கிறார்களா என்பதை விட நீங்கள் உங்களை மதிக்கிறீர்களா என்பதுதான் கேள்வி.

'உங்களுடைய சம்மதம் இல்லாமல்
யாரும் உங்களைத் தாழ்வாக
உணரச் செய்துவிட முடியாது.'

மற்றவர்கள் உங்களைப் பற்றி என்ன கருதுகிறார்கள் என்பதை விட உங்களைப் பற்றி நீங்கள் கொண்டிருக்கும் கருத்துகள் முக்கியம். காரணம், வெற்றிக்கான விருப்பாற்றல் மற்றவர்களால் வழங்கப்படுவதல்ல, உங்களுக்குள்ளிருந்தே அது பெறப்படுகிறது. அடுத்தவர் நம்மைப் பற்றி என்ன நினைப்பாரோ என்று கவலைப்படாதீர்கள்.

மற்றவர்கள் உங்களை எப்படிப் புரிந்து கொண்டிருக்கிறார்கள் என்பதை விட, உங்களை நீங்கள் எப்படிப் புரிந்து கொண்டிருக்கிறீர்கள் என்பதுதான் முக்கியம்.

உங்களைப் பற்றிய உங்கள் கருத்து உயர்வாக இருக்க வேண்டும். சுய மதிப்பு என்பது வேறேயென்ன!

2. அழகு என்பது ஆழமற்றது

புற அழகு சருமத்தோடு நின்றுவிடுகிறது. அது நிலையற்றது. காரணம் அது உண்மையானதல்ல. அழகாக வடிவமைக்கப்பட்ட ஆடைகள், விலையுயர்ந்த ஆபரணங்கள், டயட்டில் இருப்பது, ஸ்லிம்மிங் கோர்ஸ், ப்யூட்டி பார்லர் என்று தோற்றத்தை அழகுபடுத்திக் கொள்ள எங்கெங்கோ ஓடுகிறோம், எதையெதையோ நாடுகிறோம். முதுமையை மறைக்க போலி இமைகள், போலிப் பற்கள், பொய்யான தலைமுடி, சாயங்கள், பூச்சுகள் என்று பலவற்றைப் பயன்படுத்துகிறோம். இதுவெல்லாம் எதைக் காட்டுகிறது? சமுதாயம் ஏற்படுத்தியிருக்கும் இக்கட்டு நிலையை, நாம் எப்படி இருக்க வேண்டும் என்று சமுதாயம் எதிர்பார்க்கிறதோ அப்படி நம்மைக் காட்டிக் கொள்ள நாம் முயல்வதை.

உண்மையில் தன்னுடைய தோற்றத்தில் முழுமையான திருப்தி கொண்டவர் எவரும் இல்லை.

புற அழகு, தோலுடன் நின்று போகிறது. ஒப்பனைகள் சில மணி நேரந்தான் உங்களை அழகாகத் தோற்றமளிக்கச் செய்யும். நீங்கள் ஒப்பனையை நம்புவதை விட உங்கள் சுயமதிப்பை நம்புங்கள், பொலிவான தோற்றத்தைப் பெறுவீர்கள் எப்போதைக்குமாய்.

3. எதையும் முழுமையாகச் செய்தல்

சில வேலைகளைச் செய்ய நினைத்திருப்பீர்கள். தொடங்கியிருக்க மாட்டீர்கள். சில வேலைகள் தொடங்கப்பட்டு அரைகுறையாய் நின்று விட்டிருக்கும். பூர்த்தி செய்யப்படாத ஓவியம், எழுதி முடிக்கப்படாத கவிதை, பழுது பார்க்கப்பட வேண்டியவை, புதுப்பிக்கப்பட வேண்டியவை என்று அக்கறையில்லாமல் விடப்படுகிறவை அநேகம். உங்கள் அறைக்குள் மட்டுமல்ல. மனதுக்குள்ளும் இருக்கிற அடைசல் உங்களை ஒழுங்கற்றவராக்கிவிடும். உங்கள் நம்பிக்கையைக் குலைத்துவிடும்.

உங்கள் சுய மதிப்பு வளர வேண்டுமென்றால் நீங்கள் செய்ய நினைத்தவைகளைச் செய்து முடியுங்கள். அரைகுறையாய் விட்டவைகளைப் பூர்த்தி செய்யுங்கள். வேலைகளைப் பட்டியலிடுங்கள். ஒவ்வொன்றாய்ச் செய்து முடியுங்கள். 'டிக்' (tick) பண்ணுங்கள்.

4. எல்லைகளைக் கடந்து செல்லுதல்

எது உங்களைச் செயல்படவிடாமல் தடுக்கிறது? உங்களுக்கு நீங்களே ஏற்படுத்திக் கொள்ளும் சில வரையறைகள் (limitations).

போதிய பணம், நேரம், வளவசதிகள் இல்லாமை காரணமாய் உங்கள் முயற்சிகளைப் பாதியில் கைவிட்டிருப்பீர்கள். 'இது பலன் தராது, இது எனக்குச் சாத்தியப்படாது, இன்னும் வேளை வரவில்லை' என்று உங்களை கட்டுப்படுத்திக் கொண்டிருப்பீர்கள்.

கொஞ்ச காலத்துக்கு முன் நீர்வாழ் உயிரினக் காட்சியகமொன்றில் (aquarium) மூர்க்கமான ஒரு கடல் மீனை பெரிய நீர்த்தொட்டியில் இட்டு வைத்தனர். தொட்டியில் நடுப்பகுதியில் கண்ணாடித் தடுப்பு ஒன்று ஏற்படுத்தப்பட்டது. தடுப்புக்கு அப்பால் சிறிய வகை மீன் ஒன்று விடப்பட்டது. அந்தப் பெரிய மீன் சிறிய மீனைத் தாக்க முயன்றது. கண்ணாடித் தடுப்பு கனமானது என்பதால் அதன் முயற்சி பலிக்கவில்லை. தன்னுடைய நீள மூக்கினால் அந்தத் தடுப்பில் மோதி மோதி வலிதான் மிஞ்சியது பெரிய மீனுக்கு.

'போதும், இனியும் நம்மால் காயப்பட முடியாது' என்று எண்ணி, தன் முயற்சியை அது நிறுத்திக் கொண்டது. சில நாட்களுக்குப் பிறகு அந்தக் கண்ணாடித் தடுப்பை அகற்றிவிட்டார்கள். ஆனாலும் அந்தப் பெரிய மீன் தடுப்பு இருந்த பகுதிக்கு மேல் நீந்துவதில்லை. தடுப்பு இருந்த இடத்தை நெருங்கியதுமே, அது திரும்பி தன்னுடைய இடத்தை நோக்கியே நீந்தும். தான் வெற்றிப் பெற முடியாது என்ற நம்புதல் அந்த மீனின் எல்லையைக் கட்டுப்படுத்திவிட்டது. அது தன்னுடைய முயற்சியைக் கைவிட்டுவிட்டது.

ரொம்பப் பேருடைய நிலை இதுதான். 'நம்மால் வெற்றிப் பெற முடியாது' என்று நீங்கள் நினைத்ததுமே உங்கள் மனம் கட்டுப்படுத்தப்பட்டுவிடுகிறது. அந்தப் பெரிய மீனின் அனுபவந்தான் நம்மில் பலருக்கும். ஆனால், நீங்கள் விதித்துக் கொண்ட வரையறைகளை வீசியெறிந்துவிட்டு, வெற்றிப் பெறுவதும் உங்களால் முடிகிறதுதான்.

இந்த ஒப்புமை (analogy)யைக் கருத்தில் கொள்ளுங்கள் : டால்பின் மீன் எப்படித் தண்ணீருக்கு மேல் தாவிக் குதிக்கிறது, ஒரு கயிற்றைத் தாண்டிச் செல்கிறது என்பதை அறிவீர்களா ? பயிற்சியளிப்பவர்கள் முதலில் நீருக்கடியில் கயிற்றை வைக்கிறார்கள். டால்பின், கயிற்றுக்கு மேலாக நீந்திச் செல்கிற ஒவ்வொரு முறையும் அதற்கு வெகுமதி வழங்கி ஊக்குவிக்கிறார்கள். அது கயிற்றுக்கடியில் நீந்திச் செல்லுமாயின் தண்டிப்பார்கள், தீனி போட மாட்டார்கள். சீக்கிரமே அது கயிற்றுக்கு

மேலாக நீந்தத் தொடங்கிவிடுகிறது. தொடர்ந்து அப்படியே செய்து வரும். பயிற்சியாளர்கள் கயிற்றைக் கொஞ்சம் கொஞ்சமாக உயர்த்துவார்கள். நீரின் மேற்பரப்பு, நீருக்கு மேல் என்று கயிறு உயர்த்தப்படும். டால்பினின் நம்பிக்கை அமைவை பயிற்சியளிப்பவர் வலுப்படுத்துகிறார், தடைகளைக் கடந்து செல்லுமாறு ஊக்குவிக்கிறார்.

எல்லைகளைத் தாண்டிச் செல்வதற்குப் பயிற்சியின் மூலம் உங்கள் மனதை நீங்கள் தயார்ப்படுத்த முடியும். நீங்கள் ஏற்படுத்திக் கொண்ட வரையறைகள், உங்களால் அவற்றை அகற்றவும், கடந்து செல்லவும் முடியாதா என்ன?

நேர்மையுடன் வாழ்தல்

◆

நம்பிக்கையும் மரியாதையும் ஒரே நாளில் பெற்றுவிடக் கூடியதல்ல. அவை நீண்ட கால முயற்சியில் வளர்த்துக் கொள்ளப்படுகிறவை. நீங்கள் மற்றவர்களை நம்பிக்கையோடும் மரியாதையோடும் நடத்துகிற போது, இவர் நேர்மையானவர், ஒழுக்கமானவர் என்ற நற்பெயரைச் சம்பாதித்துக் கொள்கிறீர்கள்.

'நாம் எதைக் கொடுக்கிறோமோ
அதுவே பல மடங்காகி
நம்மிடம் திரும்பி வரும்' - என்பார்கள்.

நீங்கள் நம்பிக்கையும் மரியாதையும் காட்டி நடந்தால் அதற்குப் பிரதியாக அவர்களும் உங்களிடம் நம்பிக்கை, மரியாதை கொண்டு நடப்பார்கள். தனிப்பட்ட முறையிலும் சரி, தொழில் சார்ந்த தொடர்பிலும் சரி, உறவுக்கான முன்னுரிமைகளில் நம்பிக்கையும், மரியாதையும் முதலிடம் பெறுகின்றன.

நம்பிக்கையோ, மரியாதையோ இல்லாமல் நடந்து கொள்கிற தொழிற்கூட்டாளியும் சரி, நிறுவனமும் சரி நீடிக்க முடியாது.

வயலில் எதை விதைக்கிறீர்களோ அதை அறுவடை செய்கிறீர்கள், வாழ்க்கையிலும் அப்படித்தான்.

உங்கள் தொடர்புகளுக்கு முக்கியத்துவம் அளித்து, மற்றவர்களுக்காக நீங்கள் ஏற்றிருக்கும் பொறுப்புகளை மதித்து, உங்கள் வேலையில் உயர்ந்த தரத்தைப் பராமரியுங்கள். உங்கள் வாழ்க்கை செழிப்புடையதாயிருக்கும். வாழ்க்கை நெடுகிலும் வாய்ப்புகள் வந்து குவியும். நற்பயன் விளையும்.

எழுச்சி தரும் பேச்சும் எழுத்தும்

இங்கே ஒரு வெற்றிகரமான பெண்மணியைப் பற்றி குறிப்பிட வேண்டும். அவர் பெயர் டோட்டி வால்டர்ஸ். அவர் 'வால்டர்ஸ் இண்டர்நேஷனல்' (அமெரிக்கா) நிறுவனத்தின் தலைவர். அவருடைய நிறுவனம் கலிஃபோர்னியா மாநிலத்தில் அமைந்துள்ளது. 'Sharing Ideas' என்கிற வார இதழையும் அவர் வெளியிட்டு வருகிறார்.

டோட்டி மிகவும் ஏழ்மையான நிலையில் இருந்து மிக உயர்ந்த நிலைக்கு வந்தவர். உலக அளவில் புகழ்ப் பெற்ற நூலாசிரியரும், சிறந்த பேச்சாளருமாவார். அவரது எழுத்தும் பேச்சும் எழுச்சியூட்டுவது.

டோட்டி தம்முடைய பணியைத் தொடங்கிய காலத்தில் அவரிடம் கார் இருந்திருக்கவில்லை. யாரிடமோ இரவல் வாங்கிய ஒரு தட்டச்சுக் கருவியும் கொஞ்சம் காகிதங்களுந்தான் அவரிடம் இருந்தன. உயர்நிலைப் பள்ளிக்கூடத்தில் படித்ததோடு அவருடைய படிப்பு நின்றுவிட்டிருந்தது.

இரண்டாவது உலக யுத்தம் நடந்து முடிந்திருந்த காலகட்டம் அது. அவருடைய கணவன் இராணுவத்தில் இருந்து வீட்டுக்குத் திரும்பியிருந்தார்.

பெரிதாய் வேலை வாய்ப்புகள் இல்லாத நிலையில் ஏதேனும் ஒரு வேலைக்குச் சென்றாக வேண்டிய கட்டாயத்தில் இருந்தார் டோட்டி. ஒரு பத்திரிக்கையில் விளம்பரப் பத்தியை கடனுக்கு வாங்கி 'ஷாப்பர்ஸ் காலம்' என்ற ஒன்றை உருவாக்கினார்.

பிற்பாடு, விளம்பரதாரர்கள் வேண்டிக் கொண்டதன்பேரில் தனியாக ஒரு விளம்பர நிறுவனத்தை நிறுவினார் அவர். ஒரே ஆண்டில் அந்த நிறுவனம் மிகப் பெரிய வளர்ச்சி கண்டது. அவரிடம் 185 பேர் வேலை பார்த்தனர். நான்கு அலுவலகங்கள், 4000 விளம்பர ஒப்பந்தக்காரர்கள் (வருடாந்திர அடிப்படையில்). ஆண்களின் ஆதிக்கத்தில் இருந்த விளம்பரத் துறையில் ஒரு பெண்ணின் சாதனை இது.

ஒரு சமயம் புத்தகக் கடைக்குச் சென்ற டோட்டி அங்கே பெண்களுக்கென்று எந்தப் புத்தகமும் இல்லாமலிருப்பதைக் கண்டார். 'பெண்களுடைய விற்பனைத் திறனைக் குறைத்து மதிப்பிடாதீர்கள்' என்றொரு நூலைத் தாமே எழுதினார். அந்த வகையில் அதுதான் முதல் புத்தகம். விற்பனையில் சக்கைப்போடு போட்டது.

உலகெங்கிலுமாய் ஆயிரக்கணக்கான பெண்களை அந்நூல் ஊக்குவித்தது.

ஆல்பர்ட் ஐன்ஸ்டீன் ஒருமுறை இப்படிக் குறிப்பிட்டார். பிரச்சினைகளில் கவனம் செலுத்துவதை விடுங்கள். தீர்வுகளில் கவனத்தை ஒருமுகப்படுத்துங்கள் என்று. இந்த அறிவுரையைத்தான் தமது நூலில் விரிவாக எழுதினார் டோட்டி.

உலகெங்கிலும் இலட்சோப லட்சம் பேர் தங்கள் கனவுகளைத் துரத்திப் பிடிப்பதற்கு டோட்டியின் நூல்கள் உதவியிருக்கின்றன. தம்முடைய 30 ஆண்டு கால தொழில்துறை அனுபவங்களை அவர் நூல்களாக்கினார், தமது பத்திரிக்கையில் கட்டுரைகளாக்கினார்.

பெஞ்சமின் ஃப்ராங்ளின், வாஷிங்டன் கார்வர் (விவசாயத்துறை நிபுணர்) போன்றவர்களின் தன்வரலாறுகளில் இருந்து அவர் மேற்கோள்களை தன் நூல்களில் எடுத்துக்காட்டி சுயமுன்னேற்ற நூல்கள் பலவற்றை எழுதினார்.

உலகெங்கிலும் இருந்து ஆயிரக்கணக்கான பேர் டோட்டிக்கு அன்பும் பாராட்டும் நிரம்பிய கடிதங்களை அனுப்பிக் கொண்டிருக்கிறார்கள். அவருடைய அறிவுரையால் பயன் பெற்றவர்கள் அவர்கள். அவர்களில் பலர் தொழிலதிபர்கள், எழுத்தாளர்கள், அவருடைய நிறுவன வாடிக்கையாளர்கள் என்பது குறிப்பிடத்தக்கது. டோட்டியின் சொற்பொழிவுகள், நூல்கள், ஒலி-ஒளி நாடாக்கள், ஊடக நேர்காணல்கள் இவற்றின் மூலம் அவர்கள் பயன் பெற்றார்கள். தம்முடைய நுட்பமான அறிவை, அனுபவத்தை, அடுத்தவருக்கு உதவுவதில் கிடைக்கும் ஆர்வத்தை எழுத்தாக்கினார் டோட்டி.

தம்முடைய பணியின் மூலம் ஆயிரக்கணக்கானவர்கள் வாழ்வை வளம் பெறச் செய்ததோடு, தமது வாழ்வையும் வளப்படுத்திக் கொண்டார் அவர். நிதி சார்ந்த விதத்திலும், துறை சார்ந்த வகையிலும் டோட்டி குறிப்பிடத்தக்க வெற்றியை அடைந்தார்.

டோட்டி குழந்தையாக இருந்த போது, அவருடைய பாட்டனார் குறிப்பிட்ட வார்த்தைகளை நாமும் மனதில் பதித்துக் கொள்வது நல்லது.

'காயம்பட்டு விழும் போது
கொஞ்சம் இரத்தம் சிந்தும்படி ஆகலாம்.
ஆனாலும், என் கண்ணே
நீ மறுபடியும் எழுந்து கொள்.'

உங்களுக்கு நீங்களே உண்மையாயிருங்கள்

உங்கள் சுயமுன்னேற்றத்துக்கு அவசியம், உங்கள் நேர்மை பற்றி நீங்கள் கொண்டிருக்கும் மதிப்பீடு. நியாயத்தோடும் நேர்மையோடும் உங்கள் கண்களுக்குள் உங்களைப் பாருங்கள். உங்களுடைய உண்மையான எண்ணங்களையும், உணர்வுகளையும் உள்நோக்கங் களையும் (motives) ஒப்புக் கொள்ளுங்கள்.

'நாம் நேர்மையானவராக இருந்தால்தான்
நம்முடைய மனதில் அமைதி இருக்கும்.'

உங்கள் ஆன்மாவுக்கு உண்மையானவராயிருங்கள். தனக்கு உண்மையாக இல்லாதவர் பிறருக்கு எப்படி உண்மையாக இருக்க முடியும்?

நாம் ஒரு குறிப்பிட்ட துறையை எதற்காகத் தேர்ந்தெடுத்தோம். ஒரு குறிப்பிட்ட பாதையில் ஏன் போய்க் கொண்டிருக்கிறோம் என்பதை எண்ணிப் பாருங்கள். உங்கள் செயலுக்கான காரணத்தை ஆராயுங்கள். எது உங்களை உந்துகிறது என்பதையும் கண்டறியுங்கள். எடுத்துக்காட்டாக உங்கள் நண்பன் படிக்கிற கல்லூரியில் நீங்களும்

படிக்க விரும்புவீர்கள். உங்கள் குடும்பமே பொறியாளர் குடும்பம் என்பதால் நீங்களும் பொறியாளராக விரும்புவது.

'நான் எதற்காகப் பொறியியல் கல்லூரியில் சேர விரும்புகிறேன் ?' என்று உங்களுக்கு நீங்களே கேட்டுக் கொள்ளுங்கள். இது உங்கள் சொந்த விருப்பத்தின் பேரிலா, அல்லது, மந்தை மனப்பான்மை (crowd mentality) யிலா என்பதைச் சொல்லுங்கள்.

'நேர்மையான எண்ணங்களும்
உணர்வுகளும் கொண்டவரே
நேர்மையானவர். அவருடைய
செயல்களில் இருக்கும் நேர்மை.'

உங்களுக்கென்று ஒரு பாதை

உங்களுடைய சொந்த வழியில் நடப்பதே உங்கள் அறிவிற்கு உகந்ததாயிருக்கும். ஆனாலும், நீங்கள் எதைச் செய்யலாம், எதைச் செய்யக் கூடாது என்று மற்றவர்கள் உங்களுக்குச் சொல்கிற அனுபவம் இருந்திருக்கும்தானே. அது அடுத்தவர் உங்களுடைய எல்லைகளை வரையறுப்பதாகிவிடாதா ?

நிறையப் பேர் தங்கள் தந்தையின் கனவை நிறைவேற்றுகிற நிர்ப்பந்தத்தில் இருக்கிறார்கள். பையன் ஆங்கில இலக்கியம் படிக்க விரும்புவான். தந்தையோ 'உன்னை மருத்துவம் படிக்க வைத்து, டாக்டராக்காமல் விட மாட்டேன்' என்பார். அவனுக்கோ மருத்துவம் படிப்பதில் அத்தனை விருப்பம் கிடையாது. தாங்கள் வடிவமைத்த பாதையில் தங்கள் பிள்ளை நடக்க வேண்டும் என்பதுதான் பல பெற்றோர்களின் எதிர்பார்ப்பு. அது கல்லூரியில் படிப்பதாகட்டும், வேலையைத் தேர்ந்தெடுப்பதாகட்டும், திருமணமாகட்டும் தாங்கள் சொல்கிறபடிதான் எதுவும் நடக்க வேண்டும் அவர்களுக்கு.

உங்கள் குடும்பத்தினரின் எதிர்பார்ப்புகளைப் பூர்த்தி செய்வதற்காகவே வாழ்ந்தாக வேண்டிய நிலையில் நீங்கள். ஒருபோதும் நீங்கள் அதைச் செய்ய வேண்டியதில்லை.

'உங்கள் சொந்தப் பாதையைக்
கண்டடையுங்கள். பயணம் போங்கள்.'

அடுத்தவருடைய அடிச்சுவட்டைப் பின்பற்றிச் செல்கிற வேலை வேண்டாம்.

மற்றவர்கள் எதிர்பார்ப்பதை வெளிப்படுத்துவதற்காக நீங்கள் இல்லை. உங்கள் எதிர்பார்ப்புகளை நீங்கள் வெளிப்படுத்துங்கள். இது உங்களுடைய வாழ்க்கை. இதனை நீங்கள்தான் வாழ வேண்டும்.

எது உங்கள் மனதுக்குச் சரியென்று படுகிறதோ அதைச் செய்யுங்கள். உங்கள் வேலை இதுவென்று முடிவு செய்யவும், நீங்கள் இந்தப் பாதையில்தான் நடக்க வேண்டும் என்று தீர்மானிக்கவும் அவர்கள் யார்?

மகாகவி இரவீந்திரநாத தாகூர் ஒரு ஜமீன்தார் குடும்பத்தில் பிறந்தவர். தம்முடைய பாட்டனாரைப் போலவோ, தந்தையைப் போலவோ குத்தகைதாரர்களிடம் அதிகாரம் பண்ணிக் கொண்டு, நிலங்களை நிர்வாகம் செய்து கொண்டிருக்க விரும்பவில்லை.

தாகூர் இயற்கையை நேசித்தார், உபாசித்தார். அவருக்குக் கவிதை எழுதுவதில் ஆர்வம். தன்பாட்டுக்கு நிலாக் காலங்களில் படகில் பயணம் செய்தபடி கவிதைகளை எழுதித் தள்ளுவார் அவர். தமது வாழ்க்கை நெடுகிலும் தமக்கு விருப்பமானதையே அவர் செய்து கொண்டிருந்தார். தம்முடைய குடும்பத்தினரைப் போல் ஜமீன் வேலையை பார்த்துக் கொண்டிருந்தால் அவருடைய ஊர் எல்லையைத் தாண்டி அவருடைய பெயர் வெளியில் வந்திருக்காது. என்றோ மறைந்துவிட்ட தாகூர் இன்றும் வாழ்கிறார் அவருடைய கவிதைகளில். உலகின் முக்கியக் கவிஞர்களில் அவரும் ஒருவர்.

இது உங்கள் வாழ்க்கை, நீங்கள் தெரிவு செய்து கொண்ட முறையில் வாழுங்கள்.

உங்களில் எந்த அளவு மற்றவர்களுடைய உறவுக்காக ஒதுக்கப் போகிறீர்கள்? உங்கள் நேரத்திலும் ஆற்றலிலும் எந்த அளவு நீங்கள் விரும்பியதைச் செய்வதற்காகச் செலவிடப் போகிறீர்கள்? நீங்கள்தாம் அதைத் தீர்மானித்துக் கொள்ள வேண்டும்.

பீட்டர் கால்வெல் மேரிலாந்தில் (அமெரிக்கா) வசிப்பவர். இவர் கல்லூரிப் பட்டம் பெற்றதும் இவருடைய குடும்பத்தினர், 'ஒரு நல்ல வேலைக்குப் போய் இவர் நிறையச் சம்பாதிக்க வேண்டும்' என்று அறிவுரை கூறினர். ஆனால் பீட்டர் கால்வெல் அமெரிக்க சர்வதேச வெளிவிவகாரத் துறையில் வேலை செய்ய ஆசைப்பட்டார். அங்கே வாரத்துக்கு 40 மணி நேரம் வேலை பார்த்தார் - ஊதியம் பெறாமல். அந்த வாய்ப்பைப் பயன்படுத்திக் கொள்ள வேண்டும் என்று அவருடைய உள்ளுணர்வு கூறியது. அவர் தம்முடைய சொந்தக் காலில் நிற்கவும், சுயமாகச் செயல்படவும் விரும்பினார்.

நிதி சார்ந்த வகையிலும் தம்மை நிலைப்படுத்திக் கொள்ள வேண்டிய அவசியம் இருப்பதை அவர் உணர்ந்தார். உள்ளூர் ஓட்டல் ஒன்றிலும் வேலை பார்த்தார். வாரத்துக்கு 65 மணி நேர வேலை, 25 டாலர் ஊதியம். பகலில் ஒரு வேலை, இரவில் ஒரு வேலை. ஒரு பக்கம் தொழில் அனுபவத்தைப் பெறுதல், மறுபக்கம் வயிற்றுப் பாட்டுக்கு வழி செய்தல். இவர் எப்படி வாழ வேண்டும் என்று மற்றவர்கள் விரும்பினார்களோ அப்படி வாழ மறுத்துவிட்டார் அவர்.

பீட்டர் கால்வெல் இன்று செயலூக்கப் பேச்சாளராகவும், புத்தக வெளியீட்டாளராகவும் புகழ்ப் பெற்றிருக்கிறார்.

'நான் எனக்கென்று ஒரு பாதையை உருவாக்கி அதில் பயணம் செய்ய விரும்பினேன். அது உங்களாலும் முடிகிறதுதான்' என்கிறார் அவர். உங்களுடைய பாதையில் நீங்கள் செல்கிற போது உங்கள் தவறுகளும் உங்களுக்கு மகிழ்ச்சியளிப்பதாயிருக்கும். உங்களுக்கு நீங்களே படிப்பினையை வழங்கிக் கொள்வீர்கள். உங்களுடைய வெற்றிகளை நீங்களே முயன்று அடைவீர்கள்.

வேலைக்கோ உறவுக்கோ நீங்கள் அடிமை அல்ல. எல்லாமே உங்கள் கட்டுப்பாட்டில் இருக்க வேண்டும்.

உங்கள் செயல்களை, செயல்களில் இருந்து பெறுகிறவைகளை, உறவுகளை, உறவுகளில் இருந்து பெற விரும்புகிறவைகளை நீங்களே தீர்மானியுங்கள்.

உறவுகளுக்காக நீங்கள் எந்த அளவு சகித்துக் கொள்வீர்கள் ? உறவுகளுக்காக நீங்கள் செய்யக்கூடிய முதலீடு என்ன ? எந்த மாதிரி

வேலையை நீங்கள் விரும்பிச் செய்வீர்கள்? நீங்கள் யாருக்காக (நிறுவனம்) வேலை செய்ய விரும்புவீர்கள்? ஓராண்டில் எவ்வளவு சம்பாதிக்க விரும்புவீர்கள்? நீங்களே முடிவு செய்யுங்கள்.

உங்கள் வாழ்க்கையில் நீங்கள் எதையெல்லாம் செய்ய விரும்புகிறீர்கள், எதையெல்லாம் செய்யப் போவதில்லை என்பதைப் பட்டியலிடுங்கள். நீங்கள் எதைச் செய்வதாயினும் இன்றே தொடங்குங்கள். துணிவு என்பது நுண்ணறிவும் ஆற்றலும் கொண்டது, மாயங்கள் நிகழ்த்த வல்லது. நீங்கள் செய்ய விரும்புவதை இப்போதே செய்யத் தொடங்கிவிடலாம்.

புதிதாய் ஒன்றை உருவாக்குங்கள்

◆

பாதையில் உள்ள வேகத்தடைகள் (speed-breakers) உங்கள் வாகன வேகத்தைக் கட்டுப்படுத்துவதோடு, விபத்துக்களையும் கட்டுப்படுத்த உதவும். ஆனால் உங்கள் வாழ்க்கைப் பாதையில் நீங்கள் எதிர்கொள்ளும் தடைகள் அப்படிப்பட்டவை அல்ல. அவை வேகத்தடைகள் அல்ல. உங்கள் வளர்ச்சியைத் தடுக்கும் முட்டுக்கட்டைகள்.

நீங்கள் தடைகளைக் கடப்பது முக்கியம். இல்லையோ உங்கள் வெற்றி தாமதப்படும்.

வெற்றிக்கான நிலைகளை நீங்கள் உருவாக்கிக் கொள்ள வேண்டும். நிறைய பேர் நல்ல சந்தர்ப்பத்துக்காகக் காத்திருக்கிறார்கள். மகா அலெக்சாண்டர், நெப்போலியன் போன்றவர்கள் தங்களுடைய சந்தர்ப்பங்களைத் தாங்களே உருவாக்கிக் கொண்டவர்கள்.

ஒரு பிரச்சினை அல்லது தடை ஏற்படும் போது இது எப்போது வந்தது, எப்படி வந்தது, எங்கிருந்து வந்தது, யாரால் வந்தது? என்று பகுப்பாய்வு செய்து கொண்டிருக்கும் நேரத்தில் அந்தப் பிரச்சினைக்குத் தீர்வு கண்டுவிடலாம். பாதையில் கிடக்கும் கல்லை (தடை)த் தூக்கி ஓரமாய் போடுவதற்கு ஆராய்ச்சி எதற்கு?

தவறுகளை பூதக் கண்ணாடி வைத்துப் பார்த்துக் கொண்டிருப்பதை விட, உங்கள் செயல்நிலையை மேம்படுத்திக் கொள்வதில் சக்தியைச் செலவிடலாம்.

'செயற்படுத்தப்படாத குறிக்கோள் வெறும் கனவுதான்' என்று முன்பே குறிப்பிட்டிருக்கிறோம். செயல் முக்கியம், கனவு காண்பதை விட. செயல்படுவது முக்கியம், கற்பனை பண்ணிக்கொண்டிருப்பதை விட.

'ஒரு செயலைத் தொடங்குவதற்கு முதலில் நான் என்ன செய்ய வேண்டும்?' என்ற கேள்வி எழலாம். அது தொலைபேசியில் ஒருவரை அழைப்பதாக இருக்கலாம். அல்லது, ஒருவருக்கு மின்னஞ்சல் அனுப்புவதாகவோ, ஒரு விண்ணப்பத்தைப் பூர்த்தி செய்வதாகவோ இருக்கலாம்.

எதுவாக இருந்தால் என்ன, தொடங்குகிறீர்களே அதுதான் முக்கியம். தொடங்கிவிட்டாலே பாதி வேலை முடிந்த மாதிரி என்பார்கள்.

ஒன்றைத் தொடங்குவதற்கு நீங்கள் சிறந்தவராக இருக்க வேண்டும் என்பதில்லை. தொடங்குவதன் மூலம் நீங்கள் சிறந்தவராகி விட வேண்டும்.

லாவோட்சு (தாவோகுரு) கூறுவார் : 'எடுத்து வைக்கிற முதலடியில் தொடங்குகிறது ஆயிரம் மைல்களுக்கான நெடும் பயணம்' என்று. நீங்கள் செய்ய வேண்டியதெல்லாம் முதல் அடியை எடுத்து வைப்பதுதான். அடுத்து ஒவ்வொன்றாக.

ஓடுவது ஒன்றும் எளிதான காரியமல்ல

மாரத்தான் ஓட்டத்தில் (marathon race) கலந்து கொள்பவர் என்ன செய்கிறார்? முதலில் பந்தய அமைப்புக் குழுவிடம் தமது பெயரைப் பதிவு செய்து கொள்கிறார். ஓடுவதற்காக ஒரு ஜோடி வலுவான ஷுக்களை வாங்குகிறார். பிறகு பயிற்சியைத் தொடங்குகிறார். ஒவ்வொரு முறையும் ஓடுகிற தூரத்தை, எவ்வளவு நேரத்தில் அதை ஓடிக் கடந்தார் என்பதைக் குறிப்பேட்டில் குறிக்கிறார். அவர் சிறிய தப்படிகளைச் சீராக வைத்து ஓடுகிறார். அது குறிக்கோளை எளிதாக அடைய உதவும் என்பது அவருடைய கருத்து. மாரத்தான் ஓட்டப்பயிற்சி பற்றி நூல்களில் படிக்கிறார், பயிற்சியளிப்பவரிடம் ஆலோசனை பெறுகிறார். பல

மாரத்தான் பந்தயங்களில் கலந்துக் கொண்ட பழைய வீரர்களின் அறிவுரையை கேட்டுக் கொள்கிறார்.

செயல்கள் பேசட்டும்

வாழ்க்கையும் மாரத்தான் போல ஒரு தொலைதூர ஓட்டந்தான். உங்கள் வாழ்க்கையை நீங்கள் செயற்படுத்துகிற போது பல நம்ப முடியாத விசயங்கள் நடந்துவிடக் கூடும். ஆனால் என்ன, சுறுசுறுப்பான நம்பிக்கையோடு துணிந்து முன்னோக்கிச் செல்லுங்கள்.

'உங்கள் கனவை நனவாக்குவதற்குவதற்கு
இன்னும் தாமதமாகிவிடவில்லை.'

ஜார்ஜ் டாவ்ஸன் என்பவருடைய தன் வரலாறு ('Life is so good') பல்லாயிரக்கணக்கானவர்களுக்கு அகத்தூண்டலை வழங்கி இருக்கிறது.

'சும்மாவானும் எதையோ பேசிக் கொண்டும், கற்பனை பண்ணிக் கொண்டும் இருப்பதை விட, உங்கள் கனவை நனவாக்க ஏதாவது செய்யுங்கள்' என்கிறது அந்தப் புத்தகம்.

டாவ்ஸன் தம்முடைய நூறாவது வயதில் படிக்கத் தொடங்கினார். ஆம், அதுவரை அவர் படிப்பறிவு இல்லாதவராகவே இருந்திருக்கிறார். நூறு வயதிற்கு மேல் புதிதாய் ஒன்றைத் தொடங்கும் துணிவு இருந்தது அவரிடம். மனிதர் ரொம்பவும் விடாப்பிடியானவர்தான்! அதற்கு முன் பல ஆண்டுகள் ஓடிப் போயிற்று, பல வாய்ப்புகளை அவர் தவறவிட்டிருந்தார்.

'பேசுங்கள் உங்கள் வார்த்தைகளால்
அல்ல, உங்கள் செயல்களின் மூலம்.'

அமெரிக்க முன்னாள் அதிபர் தியோடர் ரூஸ்வெல்ட் கூறுவார், 'நீங்கள் இருக்கிற இடத்தில் இருந்தபடி உங்களிடம் இருப்பதை வைத்துக் கொண்டு பிரமாதப்படுத்திவிடலாம்' என்று. ஆக்க வளமும், ஆற்றலும் கொண்ட அநேகம் பேர் அப்படித்தான் உயர்ந்தார்கள் என்பதை

வரலாறு கூறும். தங்களிடம் இருந்தவைகளை அவர்கள் சரியாக மதிப்பிட்டுக் கொண்டு, மிகச் சிறந்த முறையில் அவற்றைப் பயன்படுத்தியிருக்கிறார்கள்.

ஜே. ஒலி எட்மண்ட்ஸ் என்ற அறிஞர் இப்படிக் கூறுவார், 'அடுத்தவர் தோளில் நின்றுக் கொண்டு உலகைக் காண்பவர்களால் உருவாக்கப்பட்டதல்ல இந்த நாடு. இதனை உருவாக்கியவர்கள் தங்களுடைய சொந்தக் கால்களில் நிற்பவர்கள். தங்களுடைய வாழ்க்கையைத் தாங்களே வடிவமைத்துக் கொள்ளும் துணிவு அவர்களிடம் இருந்தது. அவர்கள் புதிய தடங்களைப் பதிப்பவர்கள், தேவையானால் ஆபத்தான நிலைகளுக்குத் தங்களை உட்படுத்திக் கொள்ளவும் தயங்குவதில்லை' என்று.

நீங்கள் எந்த முயற்சியில் வெற்றிப் பெறுவதென்றாலும், உங்களிடம் கற்பனைத் திறன் இருக்க வேண்டும். உங்களிடம் புதிய கருத்துகளும், புதுமைகளும் தோன்ற வேண்டுமென்றால் உங்கள் படைப்பறிவை வளர்த்துக் கொள்வது அவசியம்.

'நான் வாழ்வில் சிறப்படைவதற்கு என்னுடைய திறமைகளை எப்படி பயன்படுத்திக் கொள்வது?' என்று உங்களுக்கு நீங்களே கேட்டுக் கொள்ளுங்கள். 'மற்றவர்கள் விரும்பக் கூடியதாக என்னிடம் உள்ள பண்புகள் எவை?' கேள்வி எழுப்புங்கள், விடை காணுங்கள். உங்கள் படைப்பாற்றலை விழிப்படையச் செய்யுங்கள்.

'நான் மந்தமானவன்', 'நடைமுறைக்குப் பொருந்தாதவன்', 'அறிவுத் திறன் இல்லாதவன்' என்று முன்கூட்டியே ஒரு கருத்தை நீங்கள் உருவாக்கிக் கொண்டுவிடாதீர்கள்.

'மிகச் சிறந்த கருத்துகள் தோன்றும்
உங்களிடமிருந்து விரைவாகவே.'

படைப்புத்திறன் என்பது ஒருவருடைய ஒப்பற்ற அடையாளம். அவருடைய தனித்தன்மையின் சாரம். அவரவரிடமும் ஒரு கருவி இருக்கிறது, உத்திகள் இருக்கின்றன. அவை மற்றவர்களின் கருவியை, உத்திகளை ஒத்திருப்பதில்லை.

இந்த வாழ்க்கை பல வேறுபாடுகளையும், பல்வேறு சேர்க்கைகளையும் கொண்டது. உங்களுக்கு எது சிறந்ததாய்ப் படுகிறதோ அதைக் கொண்டு வியக்கத்தக்க ஒரு வாழ்க்கையை உருவாக்குங்கள்.

படைப்பாற்றலை எப்படிப் பயன்படுத்துவது?

அமெரிக்க வர்ஜீனியா மாநிலத்தைச் சேர்ந்தவர் மிட்செல் ஜேம்ஸ். இவர் 'க்ரியேஷன்ஸ் அன் லிமிடெட்' என்கிற நிறுவனத்தின் தலைவர். இவருடைய பணி, தனி நபர் மற்றும் நிறுவனங்களிடம் உள்ள படைப்பாற்றலை அவர்களுக்கு அடையாளம் காட்டுவதுதான். தங்களிடம் உள்ள கற்பனைத் திறனை தங்களுடைய வேலையோடு இணைத்துக் கொள்ளவும் அதற்கான உத்திகளை அவர்கள் வளர்த்துக் கொள்ளவும் அவர் உதவுகிறார்.

மிட்செலின் சொற்பொழிவுகள் - கருத்தரங்குகள் மூலம் உங்களுடைய படைப்புச் சிந்தனாமுறையைத் தீர்மானித்துக் கொண்டுவிடலாம். அவ்விதமாய் உங்கள் ஆக்கத் திறனையும் ஆற்றலையும் நீங்கள் அதிகரித்துக் கொள்ள முடியும்.

தங்களிடம் உள்ள ஒப்பற்ற வெகுமதிகளை, செயல் திறன்களை, திறமைகளை மக்கள் எப்படிப் பயன்படுத்தலாம் என்பதை மிட்செல் அவர்களுக்குப் போதிக்கிறார்.

'உங்களிடமுள்ள படைப்பாற்றலை
உங்கள் வேலையில் மட்டுமல்ல,
வாழ்க்கையிலும் நீங்கள்
பயன்படுத்த முடியும்.'

மிட்செல் ஓர் அருமையான பெண்மணி. தங்களைப் பற்றி தாங்கள் முன்பே அறிந்ததை எப்படி முதலீடாக்குவது என்பதில் மக்களுக்கு உதவுகிறவர் அவர். அவருடைய பரிவும் நேர்மையும் போற்றத்தக்கது.

மிட்செல் கூறுகிறார், 'உங்கள் படைப்பாற்றலில் 20 சதவீதத்தைத்தான் உங்கள் வேலையில் பயன்படுத்திக் கொண்டிருக்கிறீர்கள்' என்று. அப்படியானால் மீதமுள்ள 80 சதவீதம் என்னவாகிறது? அந்த ஆற்றல் அப்படியே வீணடிக்கப்படுகிறது.

மிட்செலின் வேலை மற்றவர்களிடமுள்ள படைப்பாற்றலை அவர்களுக்கு அடையாளம் காட்டி, அவற்றை வளர்த்துக் கொள்வதிலும், பயன்படுத்துவதிலும் அவர்களுக்கு உதவுவதுதான். இந்த வேலையில் தம்முடைய படைப்பாற்றலை அவர் பயன்படுத்தினார் என்பது குறிப்பிடத்தக்கது.

கைகொடுக்கும் கற்பனை

உங்கள் சிந்தனையில் தோன்றும் கருத்துக்களை வரிசையாய் ஒரு காகிதத்தில் எழுதுங்கள். ஒரு செயலை நேர்த்தியான முறையில் செய்வதற்கான வழிமுறைகள் அல்லது ஒரு குறிக்கோளை அடைவதற்கான யோசனைகள் என்று வைத்துக் கொள்ளுங்களேன். பட்டியலில் ஒரு முப்பது கருத்துகள் அல்லது யோசனைகள் எழுதப்பட்டிருப்பதாக வைத்துக் கொள்வோம். அவற்றின்படி நீங்கள் எதையும் செய்தாக வேண்டும் என்பதில்லை. ஓய்வு நேரத்தை எப்படிக் கழிப்பது, விற்பனையை எப்படி அதிகரிப்பது, உடனடியாய் செய்து முடிக்க வேண்டியவை எவையெவை - இப்படி எதையும் நீங்கள் பட்டியலிடலாம். உங்கள் கற்பனைத் திறனை வளர்த்துக் கொள்வதற்காகவே இந்தப் பயிற்சி.

கனவு நனவாகும்

உங்களுடைய ஒவ்வொரு கனவையும் நீங்கள் அடைய முடியும். குறிக்கோளை அடிப்படையாய்க் கொண்டு கனவுகளை நனவாக்கிக் கொள்ளுங்கள். நீங்கள் விரும்பியதை அடைவதற்கு குறிக்கோள் ஒரு சாதனம்.

கட்டிடக் கலைஞர் ஒருவர் தன்னுடைய திட்டங்களை வரைவு செய்து கொள்கிற மாதிரி உங்கள் கனவு பற்றிய பார்வையை, உணர்வை வரைவு செய்து கொள்கிற மாதிரி உங்கள் கனவு பற்றிய பார்வையை, உணர்வை வரைவு செய்து கொள்ளுங்கள். உங்கள் வாழ்க்கையின் ஒட்டுமொத்த செயல் திட்டத்துடன் அது எப்படிப் பொருந்தும் என்பதைத் தீர்மானியுங்கள்.

ஒரு நடப்பு உங்கள் பாதையில் தடையாகக் கூடும் அல்லது அந்த நடப்பு (phenomenon) உங்கள் பயண இலக்கை அடைவதற்கு வாய்ப்பாகி உதவக் கூடும். அதுதான் மாற்றம் என்பது.

ஒரு சந்தர்ப்ப சூழ்நிலையில் இருந்து மற்றொரு நிலைக்கு உங்களை உந்திச் செல்வது மாற்றம். இதனை இயற்கையின் ஆற்றல் எனலாம்.

எங்கும் எப்போதும் மாற்றம் நிகழ்ந்து கொண்டே இருக்கிறது - நாம் கண்டு கொண்டாலும், இல்லை என்றாலும்.

மேகங்கள் உருமாறுகின்றன, இடம் மாறுகின்றன. நிலவு தினந்தினம் வளர்கிறது அல்லது தேய்கிறது. கடலின் அலைகளில் ஒன்று கரை நோக்கி வந்தால் இன்னொன்று கடலுக்குள் பின்வாங்கிச் செல்கிறது.

எதுவும் சென்ற நிமிடத்தில் இருந்தது போல் இந்த நிமிடத்தில் இருப்பதில்லை.

'மாற்றம் தவிர்க்க முடியாதது.
ஏற்றாக வேண்டிய நிலையில் நாம்.'

மாற்றம் விரும்பத்தக்கது, புத்துணர்ச்சியளிப்பது. சில மாற்றங்களை நாம் வரவேற்கிறோம். சில மாற்றங்களை நம்முடைய விருப்பத்துக்கு மாறாக நாம் ஏற்க வேண்டியிருக்கும்.

நம் வாழ்க்கையில் நிகழ்கிற எல்லாவற்றையுமே நாம் கட்டுப்படுத்திவிட முடியாது. மற்றவர்களின் செயல்களைக் கட்டுப்படுத்துவதும் நம்மால் முடியாத காரியம்.

ஒரு துன்ப நிகழ்வு போதும் ஒருவருடைய வாழ்க்கையைத் தலைகீழாய் புரட்டிப் போடுவதற்கு. அதே போலத்தான் தற்செயலாய் அமைகிற ஒரு நல்வாய்ப்பு குடும்பத்தையே ஆனந்தத்தில் திளைக்கச் செய்துவிடும்.

ஒன்று நீங்கள் மாற்றத்துக்கு இரையாகிறீர்கள். அல்லது மாற்றத்தால் பயனடைகிறீர்கள்.

படைப்பாளிகள் மாற்றத்தைத் உண்டு பண்ணுகிறார்கள். மார்க்ஸிம் கார்க்கியின் 'தாய்' என்கிற நாவல் இரஷ்யாவில் மிகப் பெரிய எழுச்சிக்குக் காரணமானது.

படைப்பாற்றல் எழுத்தாளனுக்கு மட்டுமல்ல, விஞ்ஞானிக்கும் இருக்கிறது, புதிதாய் ஒன்றைக் கண்டுபிடிப்பவருக்கும் இருக்கிறது. எடிசன், ஆல்பர்ட் ஐன்ஸ்டீன் தொடங்கி பில்கேட்ஸ் வரை பலருக்கும் உலகம் நன்றி சொல்ல வேண்டியிருக்கும்.

❊ ❊ ❊

அத்தனை சிறப்புக்கும் தகுதியாயிருங்கள்

◆

எப்போதாவது கொஞ்சம் ஓய்வாகத் தனிமையில் இருப்பீர்கள். அப்போது சிந்திக்கத் தோன்றும். உங்களைப் பற்றியும், வாழ்க்கையைப் பற்றியும் உங்களால் எப்படிச் சிந்திக்காமல் இருக்க முடியும்? சிந்திக்கிற போது இரண்டு கண்ணோட்டம் இருக்கும். 'இன்றைய வாழ்வில் நாம் எந்த இடத்தில் இருக்கிறோம், வருங்காலத்தில் நாம் இருக்க விரும்புகிற இடம் எது' என்கிற காட்சிகள்.

இன்று நீங்கள் கடனில் இருந்து கொண்டிருக்கலாம். மாதத்தில் சில காசோலைகள் மூலம் கிடைக்கிற அற்பத் தொகையில் வாழ்க்கையை ஓட்டிக் கொண்டிருக்கலாம். வருங்காலத்தில் ஒரு கோடீஸ்வரராகி சொகுசான வாழ்க்கை முறையை மேற்கொள்ள விரும்பலாம். இரண்டும் வெவ்வேறான நிலைகள். ஒன்று உண்மையானது. மற்றொன்று உண்மையாக வேண்டும் என்று விரும்பப்படுவது.

உங்களுக்கு நீங்களே கேட்டுக் கொள்ள வேண்டிய கேள்வி இதுதான்: 'தற்போதைய நிலையில் இருந்து உன்னத நிலையை அடைவதற்கு நான் என்ன செய்ய வேண்டும்?'

மனத்தளவில் தயாராக இருத்தல்

லூயி பாஸ்டர் கூறுவார், 'மாற்றம் என்பது வாய்ப்பு. ஆயத்த நிலையில் இருப்பவருக்கு அது சாதகமாக அமையும்' என்று.

மனத்தளவில் நீங்கள் தயாராக இல்லாவிடில் வாழ்க்கையின் எந்தத் துறையிலும் வெற்றி சாத்தியமற்றதுதான்.

ஆண்டுக்கொரு முறை உலக அழகிப் போட்டி நடக்கிறது. ஆனால் அதில் போட்டியிடுகிற அழகிகள் ஆண்டுக் கணக்கில் முயன்று தங்களைத் தயார்ப்படுத்திக் கொள்ள வேண்டியிருக்கிறது. தன்னுடைய கூந்தல் வளம், முக அமைப்பு, புன்னகை புரிதல், புத்திசாலித்தனமாக பேசுதல், நடந்து காட்டுதல், உடலின் எடை, மார்பக அளவு, இடுப்பளவு இவற்றுக்காக அநேக பயிற்சிகளில் அவர்கள் ஈடுபடுகிறார்கள்.

கடின உழைப்பு, சுய கட்டுப்பாடு, நிலைமைகளைச் சமாளிக்கும் ஆற்றல் இவற்றின் மூலம் உங்களுக்குக் கிடைக்கிற வாய்ப்பை நீங்கள் வெற்றியாக்குகிறீர்கள்.

ஒரு தடகள ஆட்டக்காரரில் தொடங்கி வழக்கறிஞர் வரை மனத்தளவில் தங்களைத் தயார்ப்படுத்திக் கொண்டால்தான் அவர்கள் வெற்றிப் பெற முடியும். மனம் சார்ந்த தயார் நிலை (mental readiness) உங்கள் தன்னம்பிக்கையை உயர்த்தும். எப்படி என்று கேட்பீர்கள். கடுமையான சூழ்நிலைகளிலும் நீங்கள் செயலூக்கத்துடன் (effective) இருப்பீர்கள் என்பதை அது உங்களுக்குப் புரிய வைக்கும்.

போதிய ஏற்பாடுகளைச் செய்யத் தவறியிருந்தாலும் நீங்கள் மனத்தளவில் உங்களை தயார்ப்படுத்திக் கொண்டிருந்தால் பதட்டம் இருக்காது, பாதிப்புகள் மிகக் குறைவு.

லார்டு ராபர்ட் பேடன்பாவல் என்பவர்தான் இங்கிலாந்தைப் போலவே அமெரிக்காவிலும் சாரணர் ஆமைப்பை (scout) உருவாக்கியது. சாரணர் அமைப்பின் முத்திரை மொழி 'தயாராயிரு' என்பதுதான்.

'இரவில் ஓய்வெடுக்கும் நேரம் தவிர எப்போதும் போர்க் கவசத்துடன் தயாராயிரு. ஏழைகளைக் காத்திடு, தங்களைக் காத்துக் கொள்ள முடியாத நலிவுற்றோர்க்கு உதவிடு. யாருக்கும் கெடுதல் பண்ணாதே. நாட்டைப் பாதுகாப்பதற்காகப் போரிடத் தயாராயிரு. நீ எதைச் செய்து கொண்டிருந்தாலும் நேர்மையாய்ச் செயல்படு, நற்பெயர் பெற்றிடு. ஒருபோதும் வாக்கு தவறிவிடாதே. மிகக் கடினமான வேலைகளையும் உற்சாகத்துடனும், நேர்த்தியாகவும் செய்து முடி.'

'தயாராயிரு என்ற வார்த்தைக்கு என்ன பொருள்?' என்று ஒரு சாரணர் கேட்ட போது, பேடன்பாவல் மேற்கண்டவாறு விளக்கமளித்தார். இது மதிப்புமிக்க வீரர்களுக்கான பண்டைய விதிகளில் இருந்து தனதாக்கி ஏற்றுக் கொள்ளப்பட்டது.

'எதிர்பாராத நிலைகளையும்
எதிர்பார்த்திருப்பவனே வீரன்.'

மனம் சார்ந்த தயார் நிலை உங்களைத் தோல்விகளில் இருந்தும், ஏமாற்றங்களில் இருந்தும் காத்துவிடாது. ஆனால், வாய்ப்புகள் வரும் போது நீங்கள் வெற்றி பெறத் தேவையான கருவிகளை அது தந்து உதவும்.

அமெரிக்காவின் முன்னாள் அதிபர் ஆபிரகாம் லிங்கன் ஒரு சமயம் இப்படிச் சொல்லியிருக்கிறார், 'என்னுடைய வாய்ப்பு என்றோ வரலாம். ஆனால் நான் இன்றே அதற்கான முன்னேற்பாட்டுடன் இருக்கிறேன்' என்று.

ஒரு மகத்தான வெற்றியைப் பெறுவதற்கு முன் எண்ணற்ற தோல்விகளைச் சந்தித்தவர் அவர். வாழ்வில் அவருக்குக் கிடைத்த ஏமாற்றங்களும், இழப்புகளும் அதிகம். மாநில சட்டமன்ற தேர்தலில் தொடங்கி 'செனட்' (Senate) தேர்தல் வரை அநேக சறுக்கல்கள். ஆனால், எந்தச் சறுக்கலும் அவரை நிரந்தரமாய் வீழ்த்திவிடவில்லை. தம் மனதுக்கினிய காதலி ஆன் ரட்லட்ஜின் மரணத்தோடு தமது வாழ்க்கை அஸ்தமித்துப் போகவிடவில்லை அவர். எதையும் தாங்கும் திட சித்தத்துடன் இருந்ததால் எல்லாவற்றிலும் இருந்து அவர் மீண்டெழுந்தார். ஒரு மரத் தொழிலாளி வெள்ளை மாளிகையின் அதிபராக உயர்ந்த வெற்றிக் கதையிது. பின்னணியில் இருந்தது மன ஆற்றல்.

மலையை அசைக்கும் வார்த்தைகள்

வான மண்டலத்து வால் நட்சத்திரங்களைப் போன்றவர்கள் உலகின் சிறந்த பேச்சாளர்கள். தாங்கள் செல்கிற இடமெல்லாம் ஓர் ஒளித்தடத்தை அவர்கள் விட்டுச் செல்கிறார்கள். புதிய சாதனைக்கு வழி காட்டுகிறார்கள். அசாதாரணமான பேச்சுத் திறன் உள்ளவர்களைப் பற்றி நீங்கள் எப்போதாவது எண்ணிப் பார்த்தது உண்டா? மக்களை நயந்துப் பேசி நம்பவைக்க அவர்களால் முடிகிறது. தங்கள் பேச்சைக் கேட்பவர்களின் இதயங்களை, மனங்களை அவர்கள் கிளர்ந்தெழச் செய்துவிடுகிறார்கள்.

இத்தாலியின் விடுதலைக்காகப் போர் நடந்து கொண்டிருந்தது. மக்கள் படையின் தளபதியான கரிபால்டியிடம் ஒரு போர் வீரன் கேட்டான், 'இந்தப் போரினால் எங்களுக்கு என்ன கிடைக்கும்?' என்று.

கரிபால்டி உரத்த குரலில் முழங்கினார், 'இந்தப் போரில் உங்களுக்குக் காயங்கள் கிடைக்கலாம், மரணமும் கிடைக்கலாம். ஆனால், போரின் முடிவில் இத்தாலிக்கு விடுதலை கிடைக்கும்' என்று.

நீண்ட காலமாய் போரிட்டு மனத் தளர்ச்சியுற்ற வீரர்கள் புதுத்தெம்பு பெற்றார்கள். 'வீட்டுக்கு எப்போது போவோம். குடும்பத்தவர்களை எப்போது காண்போம்' என்று ஏங்கிக் கொண்டிருந்தவர்கள் அனைத்தையும் மறந்து, போரினைத் தொடர்ந்தனர்.

இரஷ்யர்களின் பிடியில் ஜெர்மனியின் ஒரு பகுதி இருந்த போது கிழக்கு ஜெர்மனிக்கும், மேற்கு ஜெர்மனிக்கும் இடையில் மிகப் பெரிய சுவர் எழுப்பப்பட்டிருந்தது. சுவருக்கு இந்தப் பக்கம் கணவன், அந்தப் பக்கம் மனைவி. சுவரின் ஒருபுறம் பெற்றோர், மறுபுறம் பிள்ளைகள் என்று குடும்பங்கள் பிரிந்துக் கிடந்தன. உறவுகள் ஒன்று சேர முடியாமல் தவித்திருந்தன. நண்பர்கள் சந்தித்துக் கொள்ள முடியாமல் நெடுஞ்சுவர் குறுக்கே நின்றது. அந்நிலையில் அமெரிக்க அதிபரான ரொனால்டு ரேகன் (1987) தம்முடைய ஆற்றல்மிக்க வார்த்தைகளால் ஜெர்மானியர் படும் அவதியை சோவியத் அதிபர் உணரும்படி செய்தார். அவரது, 'கார்ப்பசேவ் அவர்களே! அந்தச் சுவற்றை இடித்துத் தரைமட்டமாக்குங்கள்' என்ற முழக்கம், பெர்லின் சுவர் தகர்க்கப்படக் காரணமாயிருந்தது.

1963-இல் டாக்டர். மார்ட்டின் லூதர் கிங் ஜுனியர், 'என்னிடம் ஒரு கனவு உண்டு...' என்று தொடங்கி ஆற்றிய உரை நிற வெறியர்களின் முதுகில் சாட்டையாய் விளாறியது. 'அமெரிக்காவே, நீ வழி தவறி விட்டாய்' என்று சுட்டு விரல் நீட்டி அவர் பேசிய போது உலகமே அவரை நிமிர்ந்து பார்த்தது.

அமெரிக்க நிற வெறியர்களின் கொடுமைகளுக்கு அன்றோடு முற்றுப்புள்ளி வைத்த பேச்சு அது. ஆண்டாண்டு காலமாய் அடிமைப்பட்டுக் கிடந்த ஓர் இனத்துக்கு சரிநிகர் சமான வாழ்வை பெற்றுத் தந்தது அந்தப் பேச்சு.

மார்ட்டின் லூதர் கிங்கின் பேச்சு ஒரு காகிதத்தில் தயாரானதல்ல, அது ஓர் ஆன்மாவின் எதிரொலி, இதயத்தின் விடுதலை கீதம்.

மகாத்மா காந்தியின் 'வெள்ளையனே வெளியேறு', இந்திரா காந்தியின் 'வறுமையை ஒழிப்போம்' - இவை நம் நாட்டில் மகத்தான மாறுதலை ஏற்படுத்திய வீர முழக்கங்கள்.

பேச்சுத் திறன் வேறு என்னவெல்லாம் செய்கிறது.

- அது நண்பர்களிடையேயும், நிறுவனப் பணியாளர்கள் மத்தியிலும் ஓர் எழுச்சியைத் தருகிறது. அவர்களை இணைந்து செயல்பட வைக்கிறது.
- சிறந்த அளவில் புரிதலை ஏற்படுத்துகிறது.
- தன்னம்பிக்கையை மேம்படுத்துகிறது.

தொழில் சார்ந்த விதத்திலும், தனிப்பட்ட முறையிலும் தொடர்புகளை நல்லவிதமாய் பராமரிக்க பேச்சுத் திறன் உதவுகிறது.

> 'உங்கள் கருத்துகளை மற்றவர்களோடு
> பகிர்ந்துக் கொள்ள நீங்கள் தயாராயிருந்தால்
> உங்கள் கருத்துகளோடு உங்களையும்
> ஏற்றுக் கொள்ள அவர்கள் தயார்.'

நீங்கள் சக்தி வாய்ந்த தலைவராக உருவெடுப்பதற்கு சக்தி வாய்ந்த கருத்துப் பகிர்வு தேவை.

உயரப் பறத்தல்

◆

'பறவைகளைப் போல் எனக்கு ஏன் சிறகில்லை' என்று மனிதன் தனக்குள் கேட்டுக் கொண்டான். வான வீதியில் பறப்பதற்கான விஞ்ஞான அறிவை, விண்வெளிக்குச் சென்று வரும் தொழில்நுட்பத்தை இறைவன் அவனுக்கு வழங்கவே செய்தார். வில்ஃபர் ரைட் விமானத்தைத்க கண்டுபிடிக்கும் வரை பறப்பது மனிதனின் கனவாகவே இருந்தது. இன்று கல்பனா சாவ்லா, சுனிதா வில்லியம்ஸ் என்று பெண்கள் வான மண்டலம் போய் வந்தது ஓர் இந்தியப் பெருமிதம்.

உங்கள் மகத்தான சாதனை உலகின் பார்வையில் பட்டு, புகழின் உச்சத்துக்கே நீங்கள் சென்றுவிடுவீர்கள். உங்களுடைய ஆயத்த நிலை, கடுமையான உழைப்பு, உங்கள் தொலைநோக்கு, துணிவு, வேட்கை இவற்றால் அது நிகழும்.

விளையாட்டு மைதானத்தில் ஒரு புதியப் பதிவை நீங்கள் ஏற்படுத்தியிருக்கலாம். இரவு பகலாய்க் கண் விழித்துப் படித்ததன் விளைவாய் தற்போது பட்டம் வாங்க மேடையேறிக் கொண்டிருக்கலாம் அல்லது ஆய்வுக்கூடத்தில் ஒரு கண்டுபிடிப்பை நீங்கள் நிகழ்த்திக் கொண்டிருக்கலாம். உங்கள் சாதனை எதுவாயினும் அதுகுறித்து நீங்கள் மகிழ்ச்சியடையலாம். மக்களின் பாராட்டு மழையில் மூழ்கித் திளைக்கலாம். அதற்கு முற்றிலும் தகுதியானவர்தாம் நீங்கள்.

**'உங்கள் கனவுகளும், எதிர்பார்ப்புகளும்
சாதனைகளாய் வடிவெடுக்கின்றன.'**

சமயத்தில் உங்கள் கனவை மிஞ்சிய சாதனையையும், நீங்கள் நிகழ்த்திவிடுகிறீர்கள். சில சமயம் போதிய நம்பிக்கை இல்லாத

காரணத்தால் அதிக நேரம் பறக்க முடியாமல், அதிக உயரம் செல்ல முடியாமல் தரைக்கு வந்துவிட்டிருக்கிறீர்கள்.

ஒன்றை அடையும் வேட்கையில் முயன்று அதை நீங்கள் அடையும் போது கிரீடம் சூடிய உணர்வு. உங்கள் குறிக்கோள்கள், கனவுகள், நம்பிக்கைகள், எதிர்பார்ப்புகள் இவை ஒன்று சேர்ந்து உங்கள் வாழ்க்கை முழுமை அடைகிற தருணம் முடிசூடுகிற அனுபவந்தானே.

உங்கள் வெற்றிக் கதையை எழுதியவர்கள்

நீங்கள் அடைகிற வெற்றி உங்கள் ஈடுபாடு, கற்பனை, தொலைநோக்கு, விருப்பம், தானாக முடிவெடுத்துச் செயல்படும் திறமை இவற்றின் பலன் அல்லவா! உண்மைதான். ஆனால், அதன் பின்னணியை நீங்கள் மறந்துவிடக் கூடாது.

திரைப்படத்தில் ஒரு கதாநாயகி துணை நட்சத்திரங்கள் மத்தியில் தேவதையாய் வலம் வருகிறாள். அவளை விட அழகு குறைவானவர்கள் நடுவே அவள் பேரழகியாகிவிடுகிறாள். அவளுடைய நடிப்பு நமக்கு பிரமிப்பை ஏற்படுத்துகிறது. துணை நடிகர்கள் தேவைப்படுகிறது - நிலவைச் சுற்றிலும் கண் சிமிட்டும் விண்மீன்கள் மாதிரி.

நீங்கள் தனியாக சாதனை நிகழ்த்தினாலும் உங்கள் ஊக்குவிக்கும் பெற்றோர்கள், நண்பர்கள், விளையாட்டு மைதானம் என்றால் பயிற்சி அளிக்கும் ஆசிரியர்கள், தொழில் துறையென்றால் அறிவுரையாளர்கள் (mentors), உங்களுக்காக உழைக்கிற வேலைக் குழு எல்லாம் தேவைப்படும் இல்லையா. அவர்களை மறவாதீர்கள். அவர்களுக்கு வெகுமதி வழங்கி, நன்றி கூறி கவுரவியுங்கள்.

ஒரு விண்வெளி வீரரின் வெற்றிக்குப் பின்னே ஆயிரம் பணியாளர்களின் கடுமையான உழைப்பிருக்கிறது. விஞ்ஞானிகள், விமானிகள், மருத்துவர்கள், உடற்பயிற்சி ஆசிரியர்கள், கட்டுப்பாட்டு நிலைய அதிகாரிகள், கட்டுமான ஊழியர்கள் என்று பலரும் அந்த ஆயிரத்தில் அடக்கம்.

ஒரு குறிக்கோளின் பலனாக இன்று இந்த உயரத்தை நீங்கள் எட்டியிருக்கிறீர்கள். இதன் பின்னணியில் உங்கள் பெற்றோர்கள், ஆசிரியர்கள், நண்பர்கள், அக்கம் பக்கத்தார் என்று அநேகம் பேர்

இருக்கிறார்கள். உங்களை வடிவமைத்ததில் அவர்களுக்கும் பங்கிருக்கிறது. அவர்களது பணம், அறிவுரை, கற்பித்தல், ஊக்குவிப்பு, ஒத்துழைப்பு இல்லாமல் நீங்கள் ஓரடி கூட எடுத்து வைத்திருக்க முடியாது. இன்னும் முகம் தெரியாத எத்தனையோ பேரின் உதவிகளும் உங்களுக்குக் கிடைத்திருக்கும். நீங்கள் நினைவில் வைத்துக் கொள்ளவில்லை என்பதால் அவையெல்லாம் இல்லையென்றாகி விடாது.

ஒரு புதியப் போக்கினை மேற்கொள்ளல்

வாழ்க்கை திடீர்த் திருப்பங்களையும், மாற்றங்களையும், சவால்களையும் கொண்டது. உங்கள் வாழ்க்கைக்கென்று ஒரு புதிய பாதையை, நடைமுறையை வரைவு செய்து கொள்ளுங்கள். அதிமகிழ்ச்சியளிப்பதாயிருக்கும்.

நீங்கள் இதுவரை அறிந்திராத திறமைகளைக் கண்டறிய முடியும். கனவிலும் கண்டிராத குறிக்கோள்களைச் சென்றடைய முடியும்.

ஒன்றை நீங்கள் இதுவரை செய்ததில்லை என்பதால், எப்போதுமே உங்களால் அதைச் செய்ய முடியாது என்றாகிவிடாது.

ஒரு கனவின் அழகில் நம்பிக்கை கொண்டவருக்கு தடைகளும் சாத்தியங்களாகிவிடும்.

> **‘புதிய போக்கினை மேற்கொள்கிறவர் - தம்**
> **குறிக்கோளை அடைவதற்கான**
> **புதிய வழிகளையும் கண்டறிகிறார்.’**

அதுவரை நீந்தியறியாதவர்கள் நீச்சல் கற்றுக் கொள்கிற மாதிரி.

அதுவரை காமிரா முன் நின்றிராதவர் நடிகராகிற மாதிரி.

புதினங்களைப் படித்துக் கொண்டிருந்தவர் தாமே ஒரு புதினத்தை எழுதத் தொடங்குகிறார் போல நீங்களும் உங்களுக்குப் பிடித்தமானதைச் செய்ய முடியும். ஆக்கத் திறனும், செயலூக்கமும் உடையவர் தம்மை முழுமையாக வளர்த்துக் கொள்ள முடியும்.

ஒரு புதிய போக்கினை நீங்கள் எந்த வயதிலும் மேற்கொள்ளலாம். எந்தத் துறையிலும் வெற்றிக் காணலாம்.

வெற்றி உங்களை வந்தடைகிற போது -

- காரணமின்றி ஏற்படும் மகிழ்ச்சியைத் தவிர்த்துவிடுங்கள். அது மேலும் வெற்றி பெறுவதற்குத் தடையாகிவிடும். போதும் என்று நிறைவுற்றுவிடாதீர்கள். இன்னும் வேண்டும் என்கிற வேட்கை உடையவராயிருங்கள்.
- அடுத்தது என்ன... என்ற கேள்வி தொடரட்டும். உங்கள் மனம் அடுத்த குறிக்கோளைப் பற்றி சிந்தித்துக் கொண்டேயிருக்க வேண்டும். அப்போதுதான் நீங்கள் தொடர்ந்து செயலூக்கத்துடன் இருக்க முடியும்.
- விளைவு எதுவாயினும் உங்களைக் குறைத்து மதிப்பிடாதீர்கள். பெறுவதைப் போலவே இழப்பதற்கும், வளர்ச்சியைப் போலவே பின்னடைவுக்கும் தயாராயிருங்கள்.

எப்போதும் நிலையாக இருங்கள்

நீங்கள் தோற்கிற போது உங்கள் தலையை நீருக்கு மேல் நிமிர்த்தியிருங்கள். வெற்றிப் பெறுகிற போது கால்களை நிலத்தில் வலுவாக ஊன்றியிருங்கள். வெற்றியின் போதை தலைக்கேறிவிடாமல் பார்த்துக் கொள்ளுங்கள். சின்னச் சின்ன தோல்விகளில் மனதைத் தளரவிடாதீர்கள்.

ஒரு குறிக்கோளை அடைந்ததோடு நின்றுவிடுவதில்லை வெற்றியின் செயல்முறை. ஒரு கோடீஸ்வரரானதோடு முடிந்துவிடாது உங்கள் வாழ்க்கை. ஒரு வீட்டை வாங்கியதும், விரும்பிய வேலையைப் பெற்றதும் மறைந்துவிடுவதில்லை சவால்கள்.

நம் சாதனைகளின் தாக்கத்தை அவற்றின் மதிப்பை உணராமலும் அளவிட்டறியாமலும் நாம் போய்க் கொண்டே இருக்கிறோம். நிதானமாய் ருசிக்கவும், அனுபவிக்கவும் நேரம் இல்லாமல் போய்விடுகிறது நமக்கு. போட்டிகள் நிறைந்த உலகம், பரபரப்பான வாழ்க்கை முறை.

> 'சாதனைகள் முக்கியத்துவமிழக்கின்றன
> வாழ்க்கை தெளிவற்றதாகிறது
> போதிய அவகாசமில்லாத மனிதர்களின்
> குறைத்து மதிப்பிடுகிற போக்கில்'

ஒரு நொடிக்கும் குறைவான நேரத்தில் வெற்றிக்கோட்டை தொடுகிறார் தடகள வீரர். சமயத்தில் கடைசிப் பந்து நிர்ணயித்து விடுகிறது ஆட்டத்தின் முடிவை. கணப்பொழுதே என்றாலும் மீண்டும் நினைக்கப்படுகிற ஒவ்வொரு முறையும் அளவற்ற மகிழ்ச்சியைத் தருகிறது. வாழ்வின் மறக்க முடியாத தருணமாய் அது அமைந்து விடுகிறது. தான் படுக்கச் செல்கிற போது, நண்பர்களுடன் பேசிக் கொண்டிருக்கிற போது, அப்பாவாகி பிள்ளைகளுக்குக் கதை சொல்கிற போது, தன் வெற்றிக் குறித்து பல முறை சொன்னாலும் சலிப்பேற்படுவதில்லை அவருக்கு. அசை போட்டுக் கொண்டேயிருக்கும் வாயும், மனதும்.

வாழ்க்கை நிம்மதியும் மகிழ்ச்சியும் நிரம்பியதாக இருக்க வேண்டும் என்கிற ஆசை உண்டு எல்லாருக்கும். அதை எப்படி அடைவது? அது மட்டுந்தான் தெரிந்திருக்கவில்லை அவர்களுக்கு. ஒரு சின்ன இரகசியத்தில் ஒளிந்திருக்கிறது அந்தப் புதையல்.

அந்த இரகசியம் இதுதான் - யாரோ ஓர் ஆங்கிலக் கவிஞன் அதைக் கவிதையாக்கினான். தமிழில் அது கிட்டத்தட்ட இப்படி இருக்கும்:

'ஒவ்வொரு நாளையும் ஓர் அழகிய
அனுபவமாக்குங்கள். உங்கள் வழியில்
எதிர்ப்படும் சவால்களை ஏற்றிடுங்கள்.
கண்ணில் படுகிற ஒவ்வொரு வாய்ப்பையும்
கைப்பற்றுங்கள். முதுகுக்குப் பின்னேயெழும்
முனகல்கள் குறித்து கவலைப்படாதீர்கள்.
தீதோ, நன்றோ எதுவாயினும் ஒன்றுபோல்
சிரித்தபடி வரவேற்றிடுங்கள்.'

கொண்டாடுங்கள்

தேர்வில் நல்ல மதிப்பெண்களுடன் தேர்ச்சிப் பெறுவது, ரொம்ப நாள் கனவான ஒரு புதினத்தை எழுதி முடிப்பது, பிரபல நிறுவனத்தில் விரும்பிய வேலையைப் பெற முடிந்தது - இப்படி எத்தனையோ முக்கிய நிகழ்ச்சிகள் இருக்கின்றன கொண்டாடுவதற்கு. அந்த நாளை, அந்த நிகழ்வை நீங்கள் குடும்பத்தினருடனோ, உங்கள் நண்பர்களுடனோ விருந்துண்டு கொண்டாடி மகிழலாம். வெற்றியை நிதானமாகச்

சுவையுங்கள். உங்கள் மகிழ்ச்சியை மற்றவர்களுடன் பகிர்ந்துக் கொள்கிற போது மகிழ்ச்சி பல மடங்காகிறது. தொழிலதிபர்கள் தங்கள் வெற்றிகளை விருந்துடன் கொண்டாடுவது தற்பெருமையோ, ஆடம்பரமோ அல்ல.

'ஒரு வெற்றிக் கொண்டாட்டம்
அடுத்த வெற்றிக்கான
செயலூக்கத்தை வழங்குகிறது'

சவால்களைத் தொடருங்கள்

வாழ்க்கை சுவாரஸ்யமாகி விடுகிறது, தொடர்ந்து சவால்களை ஏற்கிற போது.

சிலர் வெவ்வேறு சூழ்நிலைகளில் நடந்துக் கொள்ளும் முறையும், எதிர்வினை செய்வதும் நாம் வியந்து பாராட்டும்படி இருக்கும்.

சிலரோ வெறித்த நோக்குடன், கவலை தேக்கிய முகத்துடன் நேரம் போவதே தெரியாமல் உட்கார்ந்திருப்பார்கள். நோக்கமுடையவர்கள் ஓரிடத்தில் நிற்பதில்லை. அவர்களுக்கு எங்காவது போக வேண்டியிருக்கிறது, யாரையாவது சந்திக்க வேண்டியிருக்கிறது. தங்களை முக்கியமானவராக பாவித்துக் கொண்டு அவர்கள் நடக்கிறார்கள், தரையில் கால் பாவாமல்.

வெற்றியை நோக்கி ஒவ்வொரு படியாய் ஏறிச் செல்கிற போது நீங்கள் திறமை மிக்கவராகிவிடுகிறீர்கள். உங்கள் தொழிலில் தேர்ச்சி பெற்றுவிடுகிறீர்கள். ஏதோ ஒரு நாளில், ஏதோ ஒரு கட்டத்தில் நீங்கள் சிறப்பறிவு பெற்ற வல்லுநராகி (expert) விடுகிறீர்கள். அப்போது உங்கள் ஆட்டம் உச்ச நிலையை அடைகிறது. வாழ்க்கை நிறைவளிப்பதாய் இருக்கிறது.

வெற்றியை விரிவுபடுத்துதல்

ஒவ்வொரு வெற்றிக்குப் பிறகும் உங்கள் குறியீட்டிலக்கை உயர்த்திக் கொண்டே போகிறீர்கள். முந்தைய வெற்றியை விட தற்போதைய வெற்றிப் பெரிதாகிவிடுகிறது. உங்கள் முயற்சியை,

திறமையை, ஆற்றலை ஒவ்வொரு முறையும் அதிகரித்துக் கொண்டே போகிறீர்கள்.

விண்வெளி விஞ்ஞானிகள் -

'சந்திர மண்டலத்தை வென்றபின்
செவ்வாய் மண்டலத்தைத் தேடிச் சென்றார்கள்.'

முடிவற்றது வெற்றிப் பயணம்

- வாய்ப்புகளைப் பயன்படுத்துங்கள்.
- உங்கள் வழக்கமான செயல்முறையை விடுங்கள்.
- உங்களைப் புதிய முறையில் வெளிப்படுத்திக் கொள்ளுங்கள்.
- புதிய தொடர்புகளை ஏற்படுத்திக் கொள்ளுங்கள்.
- உங்களுடைய குறிக்கோள் - வாழ்க்கைத் திட்டம் பன்நோக்குடையதாயிருக்கட்டும்.
- இதுதான் நம்மால் முடியும் என்று ஒரு வட்டத்துக்குள்ளாகவே முடங்கிவிடாதீர்கள்.

நீங்கள் கலையுலகில் பிரகாசிக்கவும், விளையாட்டு மைதானத்தில் சாதனைகள் நிகழ்த்தவும், தொழில் தொடங்கி வெற்றிகள் குவிக்கவும் முடியும். எதை விரும்புகிறீர்களோ அதைச் செய்யுங்கள். வானம் தொலைவில் இருக்கிறது, பெரிதாயிருக்கிறது. மகிழ்ச்சியுடன் பறந்து செல்லுங்கள். திரும்பி வாருங்கள். பெற்ற அனுபவத்தை நிதானமாய் சுவைத்திருங்கள்.